విషయ సూచిక

క్ర.సం.	పాఠం	నేర్చుకోవాల్సినవి	మాసం	పుట
1.	సందడే - సందడి	వర్ణమాల పునశ్చరణ	జూన్	02
2.	దీపావళి	గుణింతాల పునశ్చరణ	జూలై	08
3.	జాబిల్లి రావే	గుణింతాల పునశ్చరణ	జూలై	14
4.	కోతిగాను	గుణింతాల పునశ్చరణ	జూలై	20
5.	భైరవుడు	గుణింతాల పునశ్చరణ	ఆగస్టు	26
6.	చిట్టి చిట్టి మిరియాలు	ఒత్తులు ్ట, ్ణ	ఆగస్టు	32
7.	పొట్టేలు కన్నతల్లి గొర్రె గొర్రె	ఒత్తులు ్న, ్ర	ఆగస్టు	38
8.	బావా! బావా! పన్నీరు	ఒత్తులు ్వ, ్ద	సెప్టెంబరు	44
9.	వచ్చే వచ్చే...	ఒత్తులు ్చ, ్జ, ్ఞ	సెప్టెంబరు	50
10.	గువ్వకు ముక్కెర	ఒత్తులు ్క, ్ఠ	అక్టోబరు	56
11.	ముత్యాల చెమ్మచెక్క	ఒత్తులు ్య, ్మ	అక్టోబరు	62
12.	సబ్బు	ఒత్తులు ్బ, ్ళ	నవంబరు	68
13.	రత్తయ్య - జగ్గయ్య	ఒత్తులు ్గ, ్డ, ్త	నవంబరు	74
14.	రింగు రింగు బిళ్ల	ఒత్తుల పునశ్చరణ	నవంబరు	80
15.	జెండా పండుగ	సంయుక్త, సంశ్లేష పదాలు	డిసెంబరు	84
16.	కుందేలు తెలివి	కథ చెప్పడం, చదవడం, రాయడం	డిసెంబరు	90
17.	కోడిపిల్ల	చిత్రకథ చెప్పడం, చదవడం, రాయడం	డిసెంబరు	96
18.	కాకి తెలివి (గేయకథ)	కథ చెప్పడం, చదవడం, రాయడం	జనవరి	102
19.	తెలుగు నెలలు (సంభాషణ)	సంభాషణలను చదవడం, రాయడం	ఫిబ్రవరి	108
20.	ఆణిముత్యాలు	పద్యాలు చదవడం, భావాన్ని చెప్పడం	ఫిబ్రవరి	114
		పునర్విమర్శ	మార్చి	
		పునర్విమర్శ	ఏప్రిల్	

1

1. సందడే - సందడి

పాఠం

వంకాయ పెండ్లి కుదిరింది
కూరగాయల సందడి చూడండి
ఆనపకాయ రంగులు వేసింది
మునగకాయ ముగ్గులు పెట్టింది

పాలకూర పందిరి వేసింది
అరటికాయ అన్నం పెట్టింది
బంగాళదుంప బజ్జీలు చేసింది
తమలపాకు తాంబూలమిచ్చింది

జామకాయ జడలు వేసింది
పనసపండు పూలు పెట్టింది
బత్తాయి బట్టలు తెచ్చింది
బెండకాయ బ్యాండు కొట్టింది

టమాటా తాళి కట్టింది
ఉల్లిపాయ ఊరేగించింది
నన్నూ పిలిచారని
గుమ్మడికాయ గంతులు వేసింది.

వినండి - మాట్లాడండి

(అ) పాఠంలో ఏ ఏ కూరగాయలు, పండ్లు ఉన్నాయి?

(ఆ) మీకు ఇష్టమైన పండ్లు, కూరగాయల పేర్లు చెప్పండి.

(ఇ) పెళ్ళి ఎవరెవరికి జరిగింది?

(ఈ) వంకాయపెళ్ళికి ఎవరెవరు వచ్చారు?

(ఉ) పెళ్ళికూతురిని ఎవరెవరు ముస్తాబు చేశారు?

(ఊ) 'సందడే - సందడి' గేయాన్ని లయబద్ధంగా పాడండి. అభినయించండి.

(ఎ) కింది గేయాన్ని పాడిగించండి.

టమాటా తాళి కట్టింది
ఉల్లిపాయ ఊరేగించింది
నన్నూ పిలిచారని
గుమ్మడికాయ గంతులు వేసింది.
నన్ను పిలిచారని పొట్లకాయ................
నేనూ వచ్చానని దొండకాయ................
....

చదవండి

(అ) కింది వర్ణమాలను చూడండి. అక్షరాలను చదవండి.

అ ఆ ఇ ఈ ఉ ఊ ఋ ౠ
ఎ ఏ ఐ ఒ ఓ ఔ అం అః
క ఖ గ ఘ ఙ చ ౘ ఛ జ ౙ ఝ ఞ
ట ఠ డ ఢ ణ త థ ద ధ న
ప ఫ బ భ మ య ర ల వ
శ ష స హ ళ ఱ

వర్ణమాలలోని ఏ ఏ అక్షరాలు పాఠంలో ఉన్నాయో చూసి వాటికి '◯' చుట్టండి. పదాలను చదవండి.

(ఆ) కింది వాక్యాలను గేయంలో గుర్తించండి. గీత గీయండి.

- ఆనపకాయ రంగులు వేసింది.
- బంగాళదుంప బజ్జీలు చేసింది.
- పనస పండు పూలు పెట్టింది.
- ఉల్లిపాయ ఊరేగించింది.

(ఇ) పాఠంలో కొన్ని కూరగాయల పేర్లు ఉన్నాయి? వాటికింద గీత గీయండి.

(ఈ) పాఠంలో 'వేసింది', 'పెట్టింది' వంటి పదాలు మరికొన్ని ఉన్నాయి. వాటికింద గీత గీయండి.

(ఉ) కింది పదాలు చదవండి. గీత గీసిన అక్షరాలలో తేడా గుర్తిస్తూ చదవండి.

పటం	-	కంఠం	అల	-	ఆట
దయ	-	ధనం	ఇల	-	ఈగ
సంగం	-	సంఘం	ఉమ	-	ఊడ
కంచం	-	పింఛం	ఎకరం	-	ఏతం
జలం	-	ఝషం	ఒక	-	ఓడ
డమరు	-	ఢంకా	బలం	-	భయం
లత	-	రథం	పలక	-	ఫలం

(ఊ) కింది చిత్రాలకు పేర్లు రాయండి. ఆ పదాలు ఉపయోగించి వాక్యాలు చెప్పండి.

(ఎ) ఎలుకతోక ఆట : కింది పదాలు చదవండి. పదంలోని చివరి అక్షరంతో మొదలయ్యే పదాలను ఎలుక తోకతో కలపండి.

కంకణం

కడవ

సంతకం

పనస

లత

వల

గడప

తగరం

రంపం

పండగ

(ఏ) కింది అక్షరాలను సరిచేసి పదాలు రాయండి.

ఉదా: 1. పఆనయకా ఆనపకాయ

2. యకావం ______________________

3. టిరయఅకా ______________________

4. పళగాబందుం ______________________

5. నసప ______________________

6. మాటటా ______________________

(ఐ) కింది బొమ్మల పేర్లను గళ్ళలో రాయండి. తమాషా చూడండి.

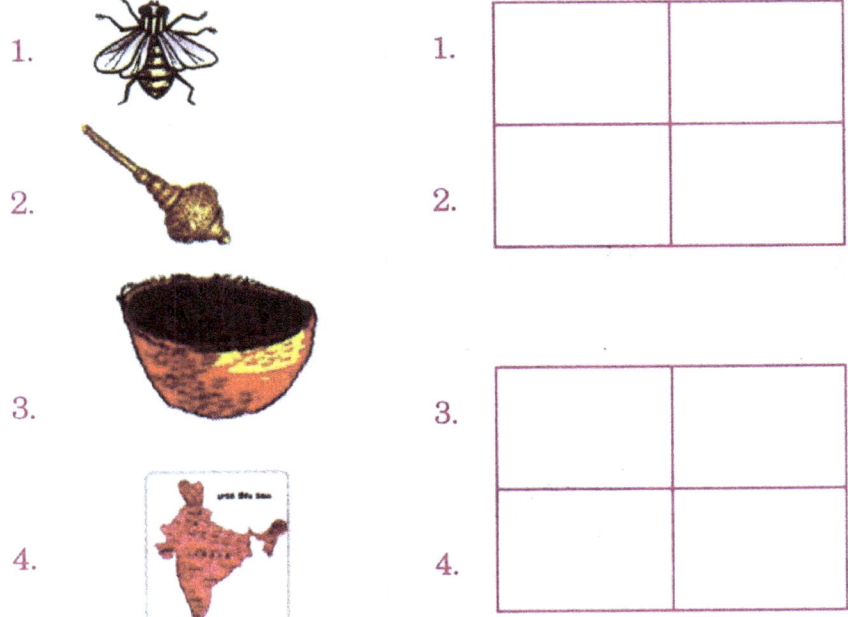

1.

2.

3.

4.

1.	
2.	

3.	
4.	

రాయండి

(అ) వర్ణమాలలోని అక్షరాలను పాఠంలో గుర్తించి కింది గళ్ళలో రాయండి.
వాటితో ఏర్పడే 2, 3, 4 అక్షరాల పదాలు రాయండి.

ర	జ	య	

రెండక్షరాల పదాలు	మూడక్షరాల పదాలు	నాలుగక్షరాల పదాలు
ఉదా: అల	పనస	తలగడ
అర	అమల	అలమర

(ఆ) కింది వాక్యాలు చదవండి. బొమ్మ బదులు పేర్లు చేర్చి వాక్యాలు రాయండి.

ఉదా: పెండ్లి జరిగింది.

వంకాయ పెండ్లి జరిగింది.

1. తాళి కట్టింది.

2. పూలు పెట్టింది.

3. అన్నం పెట్టింది.

(ఇ) "మనం చదవగలం" వాక్యంలోని అక్షరాలతో కొత్త పదాలు రాయండి.

ఉదా: మంచం ____________ ____________

____________ ____________ ____________

____________ ____________ ____________

(ఈ) కింది అక్షరాలతో మొదలయ్యే పదాలు రాయండి.

క	అ	మ	ఊ	బ
ఉదా: కడవ				

(ఉ) కిందివాటిలో ఏదైనా ఒక కూరగాయ బొమ్మ గీయండి. రంగులు వేయండి. దాన్ని గురించి రెండు వాక్యాలు రాయండి.

బొమ్మ	వాక్యాలు

2. దీపావళి

పాఠం

దీపావళి వచ్చెరా
సందడినే తెచ్చెరా
పిల్లలు భలే మెచ్చెరా
పెద్దలకిది నచ్చెరా
సీత ప్రమిద తెచ్చెరా
దీపం వెలిగించెరా
దీపాలను చూడరా
వెలుగులనే నింపెరా
చిలిపి శీను వచ్చెరా
చిచ్చుబుడ్డి కాల్చెరా

టపాకాయ చూడరా
ధాం ధాం అని పేలెరా
చంటిపాప చేతితో
కాకరొత్తి పట్టెరా
చురచురమని వెలిగెరా
చిన్నిపాప నవ్వెరా
అమ్మ వచ్చి అందరికీ
లడ్డూ మిఠాయి పంచెరా

వినండి - మాట్లాడండి

(అ) పాఠంలోని బొమ్మను చూడండి. ఎవరు ఏం చేస్తున్నారో చెప్పండి.

(ఆ) దీపావళి పండుగరోజు ఏం చేస్తారో చెప్పండి.

(ఇ) మీకు ఏ ఏ టపాకాయలు అంటే ఇష్టమో చెప్పండి.

(ఈ) దీపావళి గేయాన్ని లయబద్ధంగా పాడండి. అభినయం చేయండి.

(ఉ) కింది ప్రశ్నలకు జవాబులు చెప్పండి.

1. ప్రమిదను తెచ్చింది ఎవరు?
2. చిచ్చుబుడ్డిని కాల్చింది ఎవరు?
3. టపాకాయ ఎలా పేలింది?
4. మిఠాయిలను ఎవరు పంచారు?
5. మీకు తెలిసిన మిఠాయిల పేర్లు చెప్పండి.

చదవండి

(అ) కింది అక్షరాల మధ్య తేడా గుర్తిస్తూ చదవండి. వీటితో రెండక్షరాలు, మూడక్షరాలు, నాలుగక్షరాల పదాలు చెప్పండి. వాటితో వాక్యాలు చెప్పండి.

గ	గా
ట	టా
డ	డా
త	తా
మ	మా
య	యా
శ	శా
ష	షా
స	సా
హ	హా
ళ	ళా

ర	రా
ద	దా
వ	వా
క	కా
ప	పా

న	నా
బ	బా
చ	చా
ల	లా
జ	జా

డి	డీ
సి	సీ
ది	దీ
ని	నీ
లి	లీ
శి	శీ

టి	టీ
కి	కీ
మి	మీ
పి	పీ
చి	చీ

ళి	ళీ
గి	గీ
జి	జీ
తి	తీ
బి	బీ
యి	యీ
రి	రీ
వి	వీ
షి	షీ
హి	హీ

ఉదా: తాత   పిలక

కాయ   మిరప

జాజి   బీరకాయ

(ఆ) కింది పదాలు చదవండి. గీత గీసిన అక్షరాల మధ్య గల తేడాను గుర్తిస్తూ చదవండి.

కలం - కాలం	రమ - రామ	పిలక - పీక
గద - గాలం	వరం - వారం	తిరగలి - తీగ
జడ - జామ	సవరం - సాగరం	సిపాయి - సీసా
నడక - నావ	హలం - హారం	శివ - శీకాయ
తల - తాత	చిలక - చీమ	కిటికీ - కీటకం
పదం - పాదం	గిలక - గీత	జలగ - జాలరి

(ఇ) కింద ఇచ్చిన పదాలలో గీతగీసిన అక్షరాన్ని సరిచేసి చదవండి. రాయండి.

ఉదా: కిటకం - కీటకం

1) జితం _____
2) రయి _____
3) దిపం _____
4) బిరకాయ _____
5) కిరిటం _____

6) పపాయి _____
7) మమిడి _____
8) టపకాయ _____
9) దిపావళి _____
10) పాలసిసా _____

(ఈ) కింది వాక్యాలను, పదాలను గేయంలో గుర్తించండి, చదవండి.

- సందడినే తెచ్చెరా
- వెలుగులనే నింపెరా
- ధాం ధాం అని పేలెరా
- పిల్లలు భలే మెచ్చెరా.

(ఉ) పాఠంలోని టపాకాయల పేర్లకు, పిల్లల పేర్లకు 'O' చుట్టండి.

(ఊ) పాఠంలో వచ్చెరా, తెచ్చెరా వంటి పదాలు మరికొన్ని ఉన్నాయి. వాటిని చదవండి. రాయండి.

....
....
....

(ఎ) కింది అక్షరాలు కలిపి చదవండి. పదాలు రాయండి.

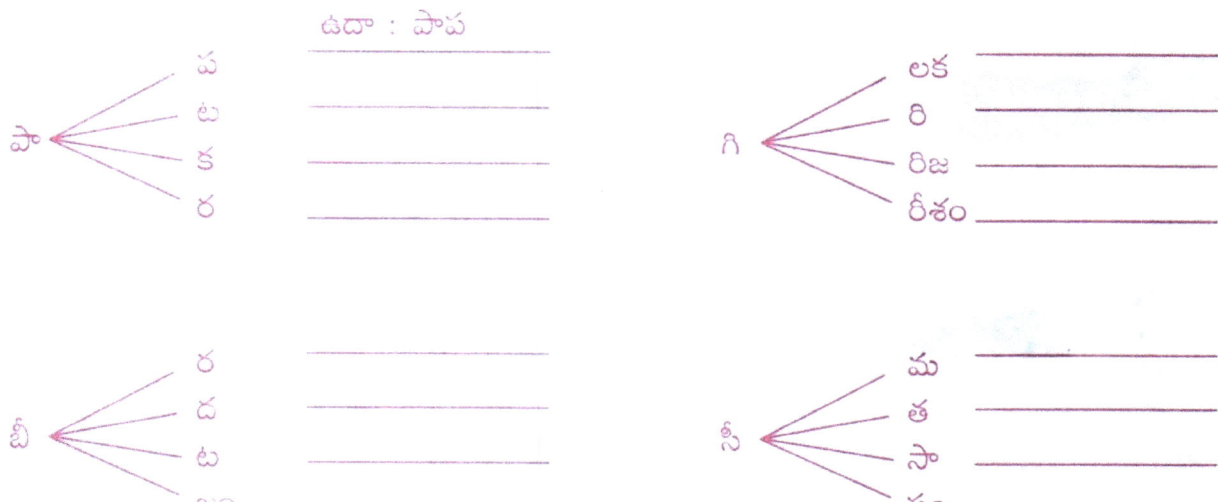

ఉదా : పాప

- పా
  - ప
  - ట
  - క
  - ర
- గి
  - లక
  - రి
  - రిజ
  - రీశం
- బీ
  - ర
  - ద
  - ట
  - జం
- సీ
  - మ
  - త
  - సా
  - సం

రాయండి

(అ) కింది పట్టికలోని అక్షరాలకు ా, ి, ీ చేర్చి రాయండి.

✓	క	గ	చ	జ	ట	డ	త	ద	న	ప	బ	మ	య	ర	ల	వ	శ	ష	స	హ	ళ
ా																					
ి																					
ీ																					

(ఆ) పై గళ్ళలో ✓, ా, ి, ీ గల అక్షరాలు రాశారు కదా! వీటితో మీరు ఎన్ని పదాలు రాయగలరో వాటిని కింది ఖాళీలలో రాయండి.

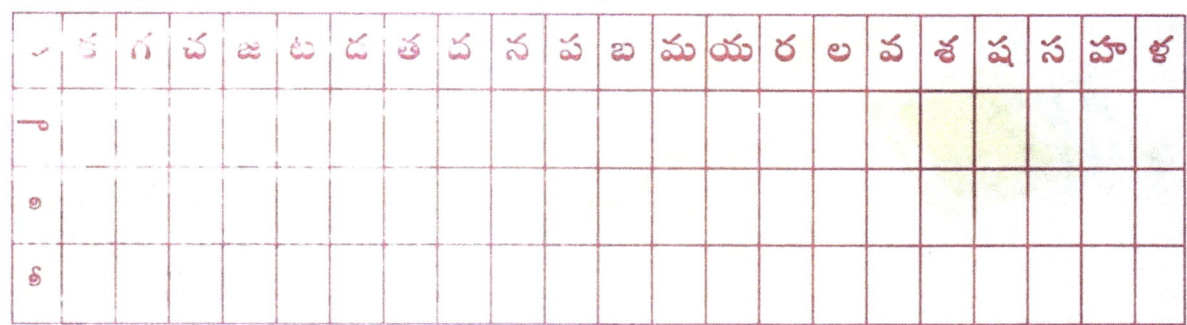

✓	ా	ి	ీ
ఉదా: వల	కాయ	చిలక	పీత

(ఇ) బొమ్మలకు బదులుగా పదాలతో కింది వాక్యాలు రాయండి.

1. తింటే కారం

....

....

2. ఈ రంగు నలుపు

....

....

3. నాకు పండు కావాలి.

....

....

4. ఈ మా పాపది

....

....

(ఈ) ె, ా, ి, ీ గుణింతాలతో ఏర్పడే ఊర్లపేర్లు, మనుషులపేర్లు రాయండి.

______	______	______	______
______	______	______	______
______	______	______	______
______	______	______	______

(ఉ) కింది గళ్ళలోని అక్షరాలను చదవండి. వాటిలోని పదాలు రాయండి.

సొ	చి	దీ	పా	వ	ళి
ర	లు	పం	ప	డ	వ
కా	క	ర	న	ట	న
య	సీ	త	స	పా	జ
అ	సొ	వా	సం	కా	రం
ఆ	న	ప	కా	య	పం

ఉదా: దీపం ____________

కాకర ____________

____________ ____________

____________ ____________

____________ ____________

____________ ____________

(ఊ) కింది బొమ్మను చూడండి. మీరూ గీయండి. దాన్ని గురించి కొన్ని వాక్యాలు రాయండి.

....

....

....

....

....

....

....

....

....

....

....

....

3. జాబిల్లి రావే!

పాఠం

శివకు రెండేళ్ళు ఉంటాయి. ఒకరోజు రాత్రి శివ అన్నం తినలేదు. అమ్మ ఎంత బుజ్జగించినా వినలేదు. మారాం చేశాడు. శివను ఎత్తుకొని అమ్మ పెరట్లోకి వెళ్ళింది. చందమామను చూపించింది. చందమామను చూపిస్తూ...

చందమామ రావే జాబిల్లి రావే!
కొండెక్కి రావే గోగుపూలు తేవే!

బండెక్కి రావే బంతిపూలు తేవే!
తేరుమీద రావే తేనెపట్టు తేవే!
పల్లకిలో రావే పాలు పెరుగు తేవే!
పరుగెత్తి రావే పనసపండు తేవే!
అలయకుండ రావే అరటిపండు తేవే!
అన్నిటినీ తేవే అందరికీ ఇయ్యవే! అని పాడింది.

శివ ఏడుపు ఆపాడు. అన్నం తిన్నాడు.

 వినండి – మాట్లాడండి

(అ) ఎప్పుడయినా మీరు చందమామను చూశారా? చందమామ ఎప్పుడు కనిపిస్తుంది?

(ఆ) అమ్మ శివకోసం చందమామను ఏమేమి తెమ్మని అడిగింది?

(ఇ) శివ అన్నం తినకుండా మారాం చేస్తే, వాళ్ళమ్మ 'చందమామ రావే...' అని పాట పాడింది కదా! మరి నీవు ఎప్పుడైనా మారాం చేశావా? అప్పుడు మీ అమ్మ ఏం చేసింది?

(ఈ) 'చందమామ రావే జాబిల్లి రావే' గేయాన్ని లయబద్ధంగా పాడండి. అభినయించండి.

(ఉ) కింది గేయాన్ని పొడిగించండి.

కారెక్కి రావే.....................
గుర్రమెక్కి రావే.....................
....
....

 చదవండి

(అ) పాఠంలో కింది పదాలు ఎక్కడెక్కడున్నాయో చూసి వాటి చుట్టూ 'O' చుట్టండి.

చందమామ, పాలు, పెరుగు, తేనె, బంతిపూలు, పనస, అరటి

(ఆ) పాఠంలో వాక్యంచివర ఉండే పదాలు గుర్తించండి. వాటిని చదవండి, రాయండి.

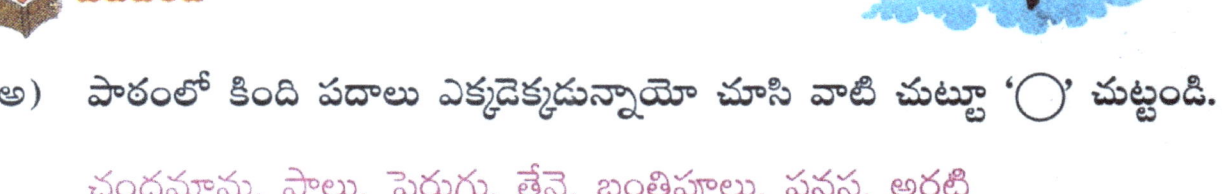

ఉదా:	ఉంటాయి, తినలేదు, జాబిల్లిరావే. ....
	....
	....
	....

(ఇ) కింది అక్షరాలలోని తేడా గుర్తిస్తూ చదవండి.

ు	ూ	ె	ే	ొ	ో
కు	కూ	పె	పే	కొ	కో
చు	చూ	తె	తే	జొ	జో
లు	లూ	డె	డే	చొ	చో
టు	టూ	నె	నే	దొ	దో
డు	డూ	గె	గే	పొ	పో
రు	రూ	మె	మే	బొ	బో
సు	సూ	కె	కే	మొ	మో
ము	మూ	వె	వే	యొ	యో

(ఈ) పదాలు చూడండి. కింద గీత గీసిన అక్షరాలలో తేడాను గుర్తిస్తూ చదవండి.

కుడుము	కూతురు	గెలుపు	గేదె	కొడుకు	కోడలు
గుంటూరు	గూడూరు	మెరక	మేక	గొడుగు	గోడ
తుపాకి	తూనీగ	జెండా	జేబు	మొసలి	మోకాలు
మునగ	మూకుడు	తెలుగు	తేలు	దొండ	దోస
పులుపు	పూలు	నెల	నేల	నొసలు	నోరు

(ఉ) కింది గీతగీసిన అక్షరాలను సరిచేసి పదాలు చదవండి. రాయండి.

1) తెలు ______________

2) జిలెబి ______________

3) రుపాయి ______________

4) దుకణం ______________

5) కొడలు ______________

6) తునీగ ______________

7) తెలగు ______________

8) తెనెటీగ ______________

9) మొకాలు ______________

10) గొగుపూలు ______________

రాయండి

(అ) కింది అక్షరాలకు గుణింతాలను రాయండి.

✓	క	గ	చ	జ	ట	డ	త	ద	న	ప	బ	మ	య	ర	ల	వ	శ	ష	స	హ	ళ
ు																					
ూ																					
ె																					
ే																					
ొ																					
ో																					

(ఆ) పై గళ్ళలోని అక్షరాలను ఉపయోగించి పదాలు రాయండి.

ఉదా : గుడి   పూలు   గెల   తేనె   తొన   కోటి

______ ______ ______ ______ ______ ______

______ ______ ______ ______ ______ ______

______ ______ ______ ______ ______ ______

______ ______ ______ ______ ______ ______

(ఇ) కింది బొమ్మల పేర్లు చెప్పండి. వాటితో వాక్యాలు రాయండి.

______ ______ ______ ______

1. ....

2. ....

3. ....

4. ....

(ఈ) బొమ్మలకు బదులుగా పదాలతో కింది వాక్యాలు రాయండి.

1. కు విషం కొండిలో ఉంటుంది.

తేలుకు విషం కొండిలో ఉంటుంది.

2. పండుగ మా బడిలో బాగా జరిగింది.

3. వాన పడితే కావాలి.

4. గంతులు వేసింది.

5. పాపకు

దొరికింది.

(ఉ) కింది గళ్ళలోని అక్షరాలను చదవండి. వాటితో ఏర్పడే పదాలు రాయండి.

కొ	టో	మే	తి	మో
డి	మె	కో	సం	డ
స	డు	నొ	పి	క
లు	ర	కు	నె	గూ
కూ	ల	తే	టు	కా

ఉదా: మెడ తేలు

(ఊ) కింది పదాలలోని అక్షరాలను చదవండి. ప్రతి అక్షరంతో మొదలయ్యే పదాలు రాయండి.

ఉదా: పలక నడత

ప	ల	క
పడవ	లవంగం	కడప

న	డ	త

(ఎ) వార్తాపత్రికలో మీకిష్టమైన బొమ్మను కత్తిరించి అతికించండి. దాన్ని గురించి రాయండి.

4. కోతి గౌను

పాఠం

కోతి పుట్టినరోజంట
ధాం ధాం ధాం
కొత్త గౌను వేసెనంట
ధాం ధాం ధాం
తలను చక్కగ దువ్వెనంట
ధాం ధాం ధాం
పౌడరు తెల్లగ పూసెనంట
ధాం ధాం ధాం

సైకిలెక్కి టౌనుకు వెళ్ళ
ధాం ధాం ధాం
దారిలోన పైసలు దొరికె
ధాం ధాం ధాం

పైసలు తెచ్చి సైదులుకిచ్చె

ఢాం ఢాం ఢాం

రైలుబొమ్మను సైదులు ఇచ్చె

ఢాం ఢాం ఢాం

సైకిలు పైన వచ్చెనంట

ఢాం ఢాం ఢాం

రైలుబొమ్మతో ఆడెనంట

ఢాం ఢాం ఢాం

వినండి - మాట్లాడండి

(అ) పాఠంలోని బొమ్మలు చూడండి. కోతి ఏమేమి పనులు చేసిందో చెప్పండి?

(ఆ) కోతి ఏమి కొన్నది? మీరు బజారుకు వెళితే ఏమేం కొంటారు?

(ఇ) మీకు ఏ బొమ్మంటే ఇష్టం? ఎందుకో చెప్పండి.

(ఈ) గేయాన్ని లయబద్ధంగా అభినయిస్తూ పాడండి.

(ఉ) కింది గేయాన్ని పొడిగించండి.

చిట్టి పుట్టిన రోజంట ధాం ధాం ధాం మామ ఇచ్చె ....

పొట్టి గౌను వేసెనంట ధాం ధాం ధాం ....

మామ ఇంటికి పోయెనంట ధాం ధాం ధాం ....

చదవండి

(అ) కింది పదాలను చదవండి. వీటిలో గేయంలో ఉన్న పదాలను గుర్తించి '◯' చుట్టండి.

1. గౌను 2. సైకిలు 3. పైరు 4. టౌను 5. పౌడరు

6. మైలు 7. టైరు 8. లైటు 9. పైసలు 10. నౌక

(ఆ) కింది అక్షరాలను, పదాలను చదవండి.

ై	ౌ
కై	కౌ
గై	గౌ
చై	చౌ
జై	జౌ
టై	టౌ
డై	డౌ
తై	తౌ
దై	దౌ
నై	నౌ

ై	ౌ
పై	పౌ
బై	బౌ
మై	మౌ
యై	యౌ
రై	రౌ
లై	లౌ
వై	వౌ
శై	శౌ
సై	సౌ

ై	ౌ
కైక	కౌలు
గైడు	గౌను
టైరు	టౌను
జైలు	జౌళి
డైరీ	గోదాను
తైలం	తౌడు
నైరుతి	నౌక
మైకు	మౌనం
దైవం	దౌడు

(ఇ) కింది వాక్యాలు చదవండి.

నా పేరు మౌనిక.

మా తాత గారి పేరు గౌరీపతి.

మా ఊరు మైలారం.

మా తాతగారి ఊరు వైజాగు.

నేను మా తాతగారి ఊరికి పోయాను.

కైలాసగిరి చూశాను.

(ఈ) కింది వాక్యాలు చదవండి. సరైనవాటికి 'ఔను' అని, కానివాటికి 'కాదు' అని రాయండి.

1. ఉడత జామకాయ తింటుంది.   (   )

2. రైలు గాలిలో ఎగురుతుంది.   (   )

3. కాకి రంగు తెలుపు.   (   )

4. నేను రెండో తరగతి.   (   )

5. ఈగ, దోమ ఒకటే.   (   )

(ఉ) కింది వాక్యాలను చదవండి. గీత గీసిన అక్షరాలను సరిచేసి రాయండి.

1. లలిత గను ఎరుపు   _____

2. ఆకుకూరలు చాలా చక   _____

3. రూపాయికి నూరు పసలు   _____

4. అమీనా టనుకు పోయింది.   _____

23

రాయండి

(అ) కింది అక్షరాలతో గుణింతాలు రాయండి.

✓	క	గ	చ	జ	ట	డ	త	ద	న	ప	బ	మ	య	ర	ల	వ	శ	ష	స	హ	ళ
ై																					
ౌ																					

పై అక్షరాలతో పదాలు రాయండి.

ఉదా: రైలు .... గౌను ....

....

(ఆ) బొమ్మలకు బదులుగా పదాలతో వాక్యాలు రాయండి.

1. నేను లో మైసూరుకు పోయాను.

....

....

2. గౌరి రంగు ఎరుపు.

....

....

3. టైరులో గాలి పోయింది.

....

....

(ఇ) కింది గళ్ళలో ఉన్న పదాలు గుర్తించండి. రాయండి. వాటిని ఉపయోగించి వాక్యాలు చెప్పండి.

ల	కై	గౌ	మై	కు
నౌ	క	ర	తై	లం
న	చౌ	మ	దై	రై
మౌ	పై	కం	లై	లు

ఉదా: మైకు

____

____

____

____

(ఈ) కింది ప్రశ్నలు చదవండి. జవాబులు రాయండి.

అ. కోతి టౌనుకు దేనిపైన పోయింది? _____

ఆ. కోతికి దారిలో ఏం దొరికాయి? _____

ఇ. కోతి ఏమి కొంది? _____

ఈ. కోతి ఏమి వేసుకుంది? _____

(ఉ) కింది సైకిలు బొమ్మ గీయండి. దాన్ని గురించి రాయండి.

....
....
....
....
....
....

5. భైరవుడు

 పాఠం

అనగనగా ఒక రాజు. ఆయన పేరు సుధాముడు. ఆ రాజు చాలా బలవంతుడు. పొరుగు రాజులకు అతడంటే చాలా భయం. తనను ఢీకొనేవాడెవడూ లేడనుకునేవాడు. ఈ భూమండలానికి

నేనే రాజును అనుకునేవాడు. ఒకరోజు సుధాముడు అడవికి వేటకు పోయాడు. ఎలుగుబంటితో భీకరంగా పోరాడాడు. పోరులో అతని కంఠానికి బలమైన గాయమైంది.

తన గాయం నయంచేసినవారికి బహుమతి ఇస్తానని రాజు దండోరా వేయించాడు.

ఆ దండోరాను భైరవుడు అనే యువకుడు విన్నాడు. రాజును కాపాడాలనుకొని బయలుదేరాడు. కొండకోనలు తిరిగాడు. శిఖామణి అనే మునిని కలిశాడు. ఆయన 'సుగంధ మూలిక' ఒకటి ఇచ్చాడు. భైరవుడు దానిని తీసుకొని రాజును చేరాడు. గాయం నయంచేశాడు.

సుధాముడు సంతోషించాడు. భైరవుడికి బహుమతిని ఇచ్చాడు.

వినండి - మాట్లాడండి

(అ) 'భైరవుడు' కథను మీ సొంతమాటల్లో చెప్పండి.

(ఆ) ఎలుగుబంటి అడవిలో ఉంటుంది కదా! అడవిలో ఉండే మరికొన్ని జంతువుల పేర్లు చెప్పండి.

(ఇ) శిఖామణి అనే ముని సుగంధమూలికను ఇవ్వకపోతే ఏమి జరిగేది?

(ఈ) భైరవుడి స్థానంలో నీవే ఉంటే ఏం చేసేవాడివి?

చదవండి

(అ) పాఠంలోని మనుషుల పేర్లను గుర్తించి '◯' చుట్టండి. ఆ పదాలను చదవండి.

(ఆ) కింది పదాలను చదవండి. గీత గీసిన అక్షరాల మధ్య తేడాను గుర్తిస్తూ చదవండి.

1.	భీముడు	-	బీరువా	6.	ధూళి	-	దూది
2.	భోజనం	-	బోరుబావి	7.	ఖాళీ	-	కాళి
3.	భూమి	-	బూర	8.	ఢాకా	-	డాబా
4.	ఘోరం	-	గోరు	9.	ధార	-	దారం
5.	రఘు	-	రంగు	10.	ఫలం	-	పలక

(ఇ) కింది పేర్లను చదవండి. అందులో మీ స్నేహితులపేర్లు ఉన్నాయేమో చూడండి. గుర్తించండి.

1. భీమయ్య	6. రోజీ	11. ఖాజావలి	16. భూమిక
2. భీమారావు	7. సింధు	12. భరణి	17. రఫీ
3. భూషణం	8. సింధూజ	13. సుధారాణి	18. సుభాని
4. రఘు	9. భారతి	14. లూథరు	19. భవాని
5. భానుమతి	10. ఖాశిం	15. నీలకంఠ	20. నాగఫణి

(ఈ) కింది వాక్యాలు చదవండి. ఖ, ఛ, ఠ, ఘ, భ లతో ఉన్న పదాలకు '◯' చుట్టండి.

1. శంకరుడు శంఖం ఊదాడు.
2. నెమలి పింఛం అందంగా ఉంటుంది.
3. కమఠం అంటే తాబేలు
4. ఆకాశంలో మేఘం ఉంది.
5. శీను భైరవుడి కథ చదివాడు.

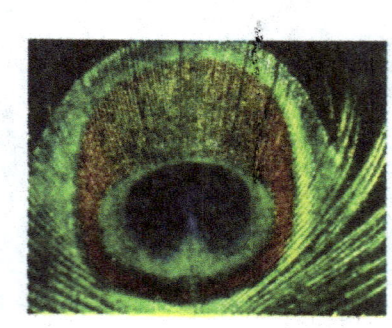

(ఉ) కింది పేరా చదవండి. 'భ' గుణింతం ఉన్న పదాలకు '◯' చుట్టండి.

భారతదేశం విశాలమైనది. ఇది ఆసియా ఖండంలో ఉంది. భరతుడు అనే రాజు ఈ దేశాన్ని పాలించాడు. అందువల్ల మన దేశానికి భారతదేశం అని పేరు వచ్చింది. మన భూమి వేదభూమి.

(ఊ) కింది వాక్యాలు చదవండి. పదంలో కింద గీత గీసిన అక్షరం సరిచేసి రాయండి.

1. సుధముడు వేటకు పోయాడు. ______________________

2. భరవుడు సింధూర మూలికకోసం వెతికాడు. ______________________

3. సుధాముని కంఠనికి గాయమయింది. ______________________

4. శిఖమణి ఒక ముని. ______________________

5. రాజు ఎలుగుబంటితో బీకరంగా పోరాడాడు. ______________________

(ఎ) కింది గదులలోని అక్షరాలను కలపండి. పదాలు రాయండి - చదవండి.

భా	ష	ఉదా: భాష
	మ	______________
	గం	______________
	రతం	______________
	రవి	______________

భూ	మి	ఉదా: భూమి
	తం	______________
	దేవి	______________
	గోళం	______________
	షణం	______________

(ఏ) కింది వాక్యాలు చదవండి. పాఠం ఆధారంగా ఒప్పో, తప్పో చెప్పండి.

1. రాజు భైరవుడికి బహుమతి ఇచ్చాడు.

2. భైరవుడు ఎలుగుబంటితో భీకరంగా పోరాడాడు.

3. శిఖామణి సుధాముడికి సుగంధమూలికను ఇచ్చాడు.

4. పొరుగు రాజులకు సుధాముడంటే చాలా భయం.

5. సుధాముడు దండోరా వేయించాడు.

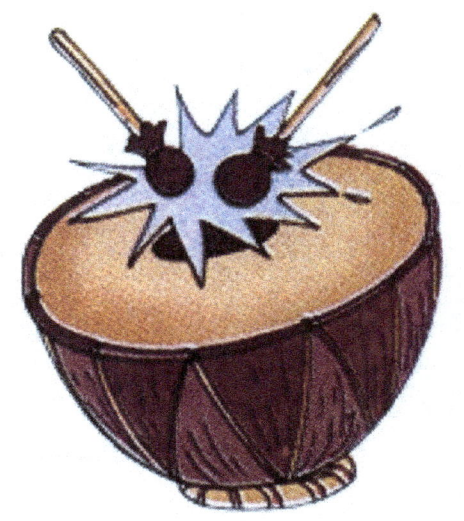

రాయండి

(అ) కింది అక్షరాలకు గుణింతాలు రాయండి.

✓	ా	ి	ీ	ు	ూ	ె	ే	ై	ొ	ో	ౌ	ం
ఖ												
ఘ												
ఛ												
ఝ												
ఠ												
ఢ												
థ												
ధ												
ఫ												
భ												

(ఆ) గళ్ళలో ఉన్న పదాలు గుర్తించండి. రాయండి.

భీ	ధం	భా	ర	తం
ము	కా	ర	ఘో	న
దు	భ	తి	రం	వ
ట	యం	భో	జ	నం
భూ	ష	ణం	వ	మ

ఉదా: ధంకా

____

____

____

____

____

(ఇ) కింది ఆధారాలను చదివి గళ్ళను పూరించండి.

ఆధారాలు:

1. పలకపై దీనితో రాస్తారు.

2. నలుపు రంగు పక్షి

3. కుక్కను దేనితో కడతారు.

4. నాలుకతో దీనిని తెలుసుకుంటాం.

5. బకాసురుని చంపిన బలశాలి.

1	బ			
2	కా			
3			సు	
4		రు		
5		డు		

(ఈ) కింది పదాలు చదవండి. చూడకుండా రాయండి.

భారతదేశం   సుధాముడు   భోజనం

శంఖం   భైరవుడు   రఘుపతి

(ఉ) సుధాముడి గురించి రెండు మూడు వాక్యాలు రాయండి.

....
....
....
....
....

6. చిట్టి చిట్టి మిరియాలు

 పాఠం

చిట్టి చిట్టి మిరియాలు
చెట్టుకింద పోసి
పుట్టమట్టి తెచ్చి
బొమ్మరిల్లు కట్టి
అల్లవారింటికి
చల్లకు పోతే

అల్లవారి కుక్క
భౌ భౌ మన్నది
నా కాళ్ళ గజ్జెలు
ఘల్లు ఘల్లు మన్నవి.
చంకలో పాపాయి
క్యారు క్యారు మన్నది.

వినండి - మాట్లాడండి

(అ) పాఠంలోని గేయాన్ని రాగంతో పాడండి. అభినయించండి.

(ఆ) పాఠంలోని బొమ్మను చూడండి. ఏమేమి కనిపిస్తున్నాయో చెప్పండి.

(ఇ) 'బంకమట్టి'తో ఏమేం చేస్తారు? మట్టితో చేసిన వస్తువులు మీ ఇంట్లో ఏమేమి ఉన్నాయి?

(ఈ) కవ్వంతో చిలుకుతూ చల్ల చేస్తున్నట్టుగా అభినయం చేయండి.

(ఉ) కింది గేయాన్ని పొడిగించండి.

అల్లవారి కుక్క భౌ భౌ మన్నది
చంకలో పాపాయి క్యారు క్యారు మన్నది
కలుగులోన ఎలుకపిల్ల ....
గంపకింది కోడిపెట్ట ....
....
....

చదవండి

(అ) కింది పదాలు చదవండి. పాఠంలో ఉన్నవాటిని గుర్తించి వాటిచుట్టూ '◯' చుట్టండి.

1. చెట్టు	2. బంకమట్టి	3. చిట్టి చిట్టి మిరియాలు	4. చల్ల
5. పిల్లి	6. బల్లి	7. మల్లెపూలు	8. పాప

(ఆ) కింది పదాలలో గీత గీసిన అక్షరానికి అదే అక్షరం ఒత్తు చేర్చి చదవండి. రాయండి.

చె<u>టు</u> ....

పు<u>ట</u> ....

పి<u>లి</u> ....

బ<u>లి</u> ....

పొ<u>టే</u>లు ....

(ఇ) కింది అక్షరాలను కలుపుతూ పదాలు చదవండి. రాయండి.

పి, పు, అ, గి → ట్ట

రొ, పె, క, ము → ట్టె

బ, చ, పి, పు → ల్ల

చె, త, బ, న → ల్లి

(ఈ) కింది వాక్యాలు గబ గబ చదవండి.

గోడమీద బల్లిపిల్ల - బల్లకింద పిల్లిపిల్ల

చెట్టుమీద పాలపిట్ట - చెట్టుకింద పాముపుట్ట

గట్టుమీద రావిచెట్టు - గట్టుకింద రేగుచెట్టు

(ఉ) కింది పదాలు వాక్యాలలో ఎక్కడ ఉండాలో చూసి రాయండి.

పెట్టింది, పట్టింది, చల్లింది, అల్లింది.

ఉదా: అనిత గింజలు చల్లింది.

1. గిరిజ పూలదండ ____________

2. పావని రజనికి బొట్టు ____________

3. పాము ఎలుకను ____________

(ఊ) కింది పదాలు చదవండి. వాటి వరసను సరిచేసి వాక్యాలు రాయండి.

1. కట్టింది పట్టుచీర పల్లవి.
   ....
   ....

2. ఉంటాయి తెల్లగా మల్లెపూలు
   ....
   ....

3. చింతకాయ ఉంటుంది పుల్లగా
   ....
   ....

4. కోడిపిల్ల ఎగరలేదు పైకి
   ....
   ....

రాయండి

(అ) కింది ఒత్తు అక్షరాలకు గుణింతం రాయండి. అవి ఉండే పదాలు రాయండి.

ɤ	ా	ి	ీ	ు	ూ	ె	ే	ై	ొ	ో	ౌ	ం
ట్ట	ట్టా											
ల్ల	ల్లా											

     ట్ట   ల్లి   ట్టు   ల్లె
ఉదా: కట్ట   పిల్లి   అట్టు   పల్లె

_____ _____ _____ _____

_____ _____ _____ _____

_____ _____ _____ _____

35

(ఆ) కింది బొమ్మలకు పేర్లు రాయండి. వాటితో వాక్యాలు చెప్పండి, రాయండి.

  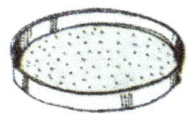

_____   _____   _____

_____   _____   _____

1. ....
2. ....
3. ....
4. ....
5. ....
6. ....

(ఇ) చెట్టుకు సంబంధించిన పదాలు రాయండి.

   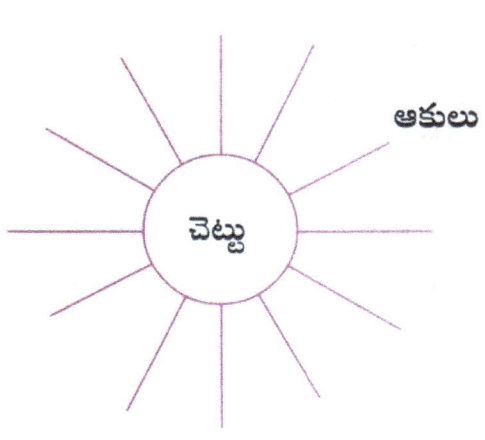

36

(ఈ) కింది బొమ్మను చూడండి. దాన్ని గురించి రాయండి.

....
....
....
....
....
....
....
....

7. పొట్టేలు కన్నతల్లి గొర్రే గొర్రే

 పాఠం

పొట్టేలు కన్నతల్లి గొర్రే గొర్రే

దున్నపోతు కన్నతల్లి బర్రే బర్రే

ఉమ్మెత్తకాయ తింటె వెర్రే వెర్రే

కాకిరెట్ట మీద పడితె కర్రే కర్రే

మిరపకాయ కొరికితే చుర్రే చుర్రే

బురదలోన కాలు వేస్తె పుర్రే పుర్రే

ముందుపళ్ళు ఊడిపోతె తార్రే తార్రే

తార్రి నోట్లా అంబలిపోస్తె జుర్రే జుర్రే

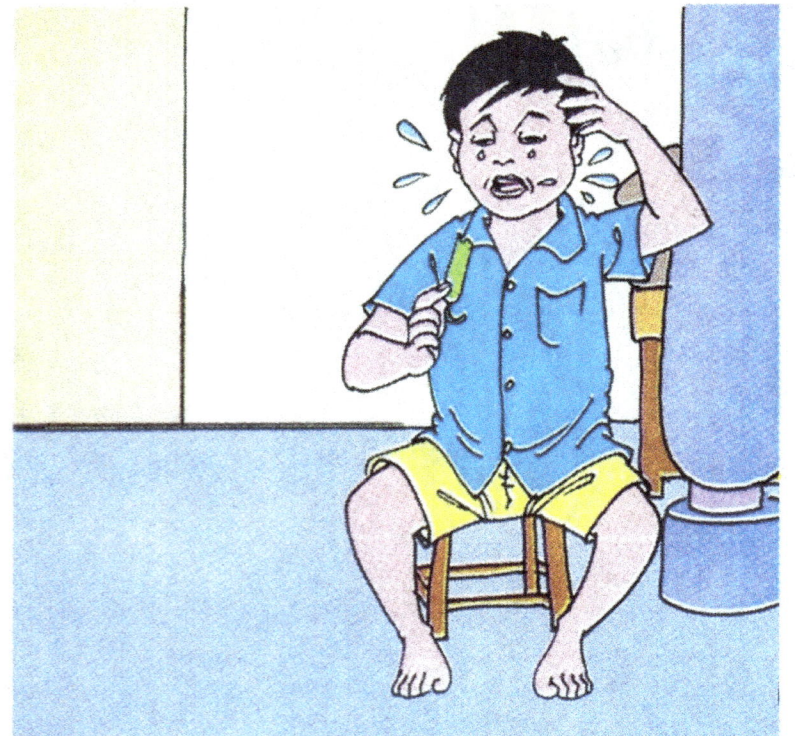

వినండి - మాట్లాడండి

(అ) పాఠంలోని గేయాన్ని రాగంతో పాడండి. అభినయం చేయండి.

(ఆ) వర్షం వస్తే బురదగా ఉంటుంది. నీవెప్పుడైనా బురదలో నడిచావా? అప్పుడు నీకేమనిపించింది?

(ఇ) దున్నపోతుకు కొమ్ములుంటాయా? కొమ్ములుండే జంతువుల పేర్లు చెప్పండి.

(ఈ) మిరపకాయతో ఏమేమి చేస్తారు?

(ఉ) తింటే కారంగా ఉండేవాటి పేర్లు చెప్పండి?

(ఊ) గేయాన్ని పొడిగించండి.

మిరపకాయ కొరికితే చుర్రే చుర్రే

చింతకాయ తింటే.................................

కాకరకాయ తింటే.................................

....

....

చదవండి

(అ) గొర్రే గొర్రే, బర్రే బర్రే లాంటి ప్రాసపదాలు గేయంలో ఏమేమి ఉన్నాయో వాటిని గుర్తించి కింద గీత గీయండి.

(ఆ) కింది పదాలను తప్పులు లేకుండా చదవండి.

1.	కర్ర	తొర్ర	7.	అన్న	వెన్న
2.	బొర్రాగుహలు	ఎర్రావు	8.	చిన్ని	పిన్ని
3.	మర్రి	జెర్రి	9.	కన్ను	జున్ను
4.	బర్రె	గొర్రె	10.	వెన్నెల	చిన్నెలు
5.	గుర్రం	మొహర్రం	11.	చిన్నారి	పొన్నారి
6.	కుర్రవాడు	బుర్రకథ	12.	అన్నెం	పున్నెం

(ఇ) కింది పదాలలో గీత గీసిన అక్షరాలలో తేడాలు గుర్తిస్తూ చదవండి.

1.	కనతల్లి	-	కన్నతల్లి	4.	మరి	-	మర్రి
2.	జురె	-	జుర్రె	5.	గనేరు	-	గన్నేరు
3.	అనం	-	అన్నం	6.	గొరె	-	గొర్రె

(ఈ) కింది వాక్యాలను ధారాళంగా చదవండి.

1. వెంకన్న వెన్న తిన్నాడు.
2. మర్రితొర్రలో పావురం ఉంది.
3. కర్రి ఆవుకు చిన్న దూడ పుట్టింది.
4. గిన్నెలో ఆవుపాలు ఉన్నాయి.
5. నిన్న మా అన్న ఊరికి పోయాడు.

(ఉ) కింది వాక్యాలు చదవండి - ఇలాంటివి మరికొన్ని అడగండి.

బల్లి, పిల్లి ఒకటేనా?

పుట్ట, బుట్ట ఒకటేనా?

మర్రి, జెర్రి ఒకటేనా?

వెన్న, జున్ను ఒకటేనా?

రాయండి

(అ) కింది ఒత్తు అక్షరాలకు గుణింతం రాయండి. అవి ఉండే పదాలు రాయండి.

✓	ా	ి	ీ	ు	ూ	ె	ే	ై	ొ	ో	ౌ	ం
్ర	్రా											
న్న	న్నా											

ఉదా : క్రర

______ ______ ______ ______ ______ ______

______ ______ ______ ______ ______ ______

______ ______ ______ ______ ______ ______

(అ) కింది పదాలకు సరైన చోట ఒత్తులు చేర్చి రాయండి.

1. పూలబుట ....
2. నలకాకి ....
3. జునుపాలు ....
4. గొరెల మంద ....
5. జీలకర ....
6. వెనపూస ....

(ఇ) 'ట్ట', 'ర్రి', 'న్న', 'ల్లి' చివరగా వచ్చే పదాలు రాయండి.

అట్ట	మర్రి	అన్న	బల్లి

(ఈ) బొమ్మకు తగిన పదాలతో వాక్యాలు రాయండి.

1. లో ఉన్నాయి.

....

....

2. గాంధీ తాత చేతిలో ఉంది.

....

....

3. లో ఉంది.

....

....

(ఉ) బొమ్మలు ఆధారంగా వాక్యాలు రాయండి.

అనగా అనగా అడవిలో ఒక .... ఉన్నది.

దానిమీద ...., ... ఉన్నాయి.

కాకి ....తో గూడు ....

పిచ్చుక పీచుతో .... కట్టింది.

ఒకరోజు వాన పడింది. కాకి గూడు ....

కాకి .... ఇంటికి పోయింది. పిచ్చుకను .... అడిగింది.

కాకి ....

....

....

....

....

....

....

పిచ్చుక - గాలిపటం

చదువు - ఆనందించు

పిచ్చుక పిల్ల తనకు గాలిపటం
కావాలని మారాం చేసింది.

తల్లి ఉల్లిపాయను అడిగి ఉల్లిపొరను
తెచ్చింది.

సాలీడును అడిగి దారం తెచ్చింది.

తుమ్మ చెట్టును అడిగి జిగురు తెచ్చింది.

కొబ్బరి చెట్టును అడిగి
ఈనెలు తెచ్చింది.
గాలిపటం చేసింది.

పిచ్చుక పిల్ల ఆనందంతో
గాలిపటం ఎగరేసింది.

8. బావా! బావా! పన్నీరు

 పాఠం

బావా! బావా! పన్నీరు
బావను పట్టుకు తన్నేరు

వీధీ వీధీ తిప్పేరు
వీసెడు గంధం పూసేరు

చావడి గుంజకు కట్టేరు
చప్పిడి గుద్దులు గుద్దేరు

పట్టెమంచం వేసేరు
పాతిక గుద్దులు గుద్దేరు
నులకమంచం వేసేరు
నూరు గుద్దులు గుద్దేరు!

వినండి - మాట్లాడండి

(అ) పాఠంలోని గేయాన్ని రాగంతో పాడండి. అభినయించండి.

(ఆ) పాఠంలోని బొమ్మలను చూడండి. ఏం జరుగుతున్నదో చెప్పండి.

(ఇ) బంధువులంటే చుట్టాలు. మీ బంధువుల పేర్లు కొన్ని చెప్పండి.

చదవండి

(అ) బొమ్మను చూడండి. దానికి సంబంధించిన వాక్యాలు పాఠంలో గుర్తించండి. చదవండి.

(ఆ) పన్నీరు, తన్నేరు వంటి ప్రాసపదాలు గేయంలో గుర్తించండి. చదవండి.

(ఇ) కింది పదాలు చదవండి.

ముద్ద	-	గద్ద	కప్ప	-	గొప్ప
చద్ది	-	మద్ది	దుప్పి	-	చప్పిడి
గద్దె	-	మిద్దె	చెప్పు	-	పప్పు
కన్ను	-	మన్ను	ఉప్పెన	-	కుప్పెలు

(ఈ) కింది పదాలలో గీత గీసిన అక్షరాలలో తేడాలు గుర్తిస్తూ చదవండి.

1.	ముద	-	ముద్ద	4.	కప	-	కప్ప
2.	గుదులు	-	గుద్దులు	5.	తిపేరు	-	తిప్పేరు
3.	మదెల	-	మద్దెల	6.	కపు	-	కప్పు

(ఉ) కింది పదాలు చదవండి. జతపరచండి. రాయండి.

1. ఎద్దుల	మోత	1.	....
2. మద్దెల	బండి	2.	....
3. పప్పు	జత	3.	....
4. చెప్పుల	చారు	4.	....

(ఊ) కింది అక్షరాలను కలుపుతూ పదాలు చదవండి. రాయండి.

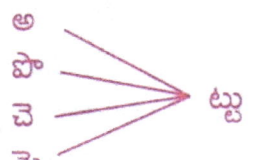

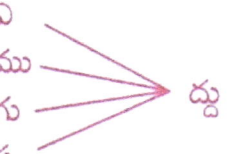

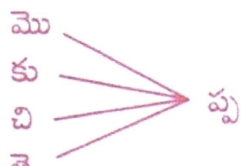

అ, పొ, చె, మె → ట్టు

____
____
____
____

ఎ, ము, గు, ప → ద్దు

____
____
____
____

మొ, కు, చి, తె → ప్ప

____
____
____
____

మి, గ, అ, వి → ద్దె

____
____
____
____

(ఎ) కింది వాక్యాలలో కొన్ని అక్షరాలకు ఒత్తులు లేవు. సరైన ఒత్తులు చేర్చండి. చదవండి.

1. చెటు తొరలో పాలపిట

2. ఎదుల బండి పోతూ ఉంది.

3. పెదలమాట చదిమూట

4. ఉపులేని పపు చపగా ఉంటుంది.

రాయండి

(అ) కింది ఒత్తు అక్షరాలకు గుణింతం రాయండి. అవి ఉండే పదాలు రాయండి.

✓	ా	ి	ీ	ు	ూ	ె	ే	ై	ొ	ో	ౌ	ం
ద్ద	ద్దా											
ప్ప	ప్పా											

ఉదా: (ద్ద) గద్ద   (ద్ది) చద్ది   (ప్ప) మొప్ప   (ప్పు) ఉప్పు   (ద్దు) ఎద్దు

(ఆ) బొమ్మలకు బదులుగా పదాలతో వాక్యాలు చదవండి. రాయండి.

1. బెకబెక అంటుంది. ....

2. తాత కొన్నాడు. ....

3. పాప లో చూసి బొట్టుపెట్టుకుంది. ....

4. బండిని లాగుతుంది. ....

(ఇ) కింది గళ్ళలోని అక్షరాలతో పదాలు రాయండి.

అ	క	ము	వె
గ	న్న	ఉ	ప్పు
సు	ప్ప	ల్ల	ద్ద
ర్ర	ప	ట్ట	ం

ఉదా: అల్లం

(ఈ) కింది వాక్యాలలోని పదాల వరసను సరిచేసి అందంగా గీతలలో రాయండి.

1. పెట్టింది సీత దుద్దులు చెవులకు.

2. దుప్పటి తమ్ముడికి కప్పాడు మారుతి.

3. భవాని కుట్టింది అద్దాలు పావడాకు.

4. చెప్పకూడదు ఎప్పుడూ అబద్ధాలు ఎవరూ.

(ఉ) కింది పదాలు ఆధారంగా వాక్యాలు రాయండి.

ఉదా: గట్టు – చెట్టు

గట్టు పైన చెట్టు ఉంది.

1. చెట్టు – పిట్ట

2. పిట్ట – పుల్లలు

3. పుల్లలు – గూడు

4. పిట్ట – పిల్ల

స్నేహం

చదువు - ఆనందించు

1. ఒక కుందేలు, కోతి స్నేహంగా ఉండేవి.

2. ఒక రోజు కుందేలు బావిలో పడిపోయింది.

3. అది కోతి చూసింది.

4. కోతి ఊడను పట్టుకొని వేలాడింది.

5. కుందేలు కోతి తోకను పట్టుకుంది.

6. కోతి తోకను పట్టుకొని కుందేలు పైకి చేరింది.

9. వచ్చే వచ్చే...

 పాఠం

వచ్చే వచ్చే మబ్బులు వచ్చె
వచ్చిన మబ్బులు వాననుతెచ్చె
వచ్చిన వాన పంటలు ఇచ్చె
పంటల తోటి పండుగ వచ్చె

వచ్చే వచ్చే బస్సు వచ్చె
బస్సులోన మామ వచ్చె
వచ్చిన మామ గజ్జెలు తెచ్చె
గజ్జెలు తెచ్చి బుజ్జికి ఇచ్చె

వినండి - మాట్లాడండి

(అ) పాఠంలోని గేయాన్ని రాగంతో పాడండి. అభినయించండి.

(ఆ) గేయంలోని బొమ్మలను చూడండి. ఎవరెవరున్నారో, ఏం చేస్తున్నారో చెప్పండి.

(ఇ) మీరు బస్సు ఎక్కి ఏ ఏ ఊర్లు వెళ్ళారు?

(ఈ) వాన వస్తే మీకు ఏమి చేయాలనిపిస్తుంది?

(ఉ) మీకు తెలిసిన వానపాట పాడండి.

(ఊ) కింది బొమ్మను చూడండి. చెప్పండి.

1. వానకు తడవకుండా ఉండాలంటే ఏమి చేస్తావు?

2. గొడుగులాగ గాలికి ఎగిరిపోయేవి ఇంకొన్ని చెప్పండి.

చదవండి

(అ) టీచర్ చెప్పిన వాక్యాలను గేయంలో గుర్తించండి. చదవండి.

(ఆ) మామ వచ్చాడు, గజ్జెలు తెచ్చాడు అని అర్థం వచ్చే వాక్యాలు గేయంలో ఎక్కడ ఉన్నాయో గుర్తించండి.

(ఇ) కింది పదాలు తప్పులు లేకుండా ధారాళంగా చదవండి.

మచ్చ	పుచ్చకాయ	మజ్జిగ	బజ్జీలు
పచ్చిక	పిచ్చుక	గుజ్జు	గజ్జెలు
కుచ్చులు	నిచ్చెన	బుజ్జి	కజ్జికాయ
లచ్చన్న	బచ్చలికూర	విస్సన్న	అస్సాం
సజ్జ	బుజ్జాయి	లస్సీ	బుస్సీ
		బస్సు	సరస్సు

(ఈ) కింది పదాలలో గీత గీసిన అక్షరాలలో తేడాను గుర్తిస్తూ చదవండి.

1. నిచెన - నిచ్చెన
2. పిచుక - పిచ్చుక
3. బసు - బస్సు
4. వయసు - వయస్సు
5. మజిగ - మజ్జిగ
6. బుజిమేక - బుజ్జిమేక

(ఉ) పదాలు జతపరచండి. వాక్యాలు రాయండి.

1. పూలసజ్జలో — గాలి తుస్సుమంది.
2. బస్సు టైరులో — ముద్దబంతి పూలు ఉన్నాయి.
3. పంటచేలో — పట్టుచీర ఉంది.
4. అట్టపెట్టెలో — పైరు వేశారు.

పూలసజ్జలో ముద్దబంతి పూలు ఉన్నాయి.

రాయండి

(అ) కింది ఒత్తు అక్షరాలకు గుణింతం రాయండి. అవి ఉండే పదాలు రాయండి.

	✓	ా	ి	ీ	ు	ూ	ె	ే	ై	ొ	ో	ౌ	ం
చ	చ్చ	చ్చా											
జ	జ్జ	జ్జా											
స	స్స	స్సా											

ఉదా: బుజ్జి

(ఆ) కింది వాక్యాలలో బొమ్మలకు బదులు పదం ఉంచి వాక్యాలు రాయండి. చదవండి.

1. ఎర్ర వచ్చింది. ....

2. తాత విరిగింది. ....

3. బజ్జీలు కారంగా ఉంటాయి. ....

4. కర్ర గట్టిగా ఉంటుంది. ....

5. పాప కాలి ఘల్లుమన్నాయి. ....

(ఇ) కింది గళ్ళలోని అక్షరాలతో వచ్చే పదాలు రాయండి.

స	బొ	మ	పి
న్ను	గ	చ్చు	బు
చ్చి	క	బ	జ్జ
ప	ట్ట	జ్జి	చ్చ

ఉదా: పిట్ట

(ఈ) ఇలాంటి వాక్యాలు రాయండి.

ఉదా: మల్లెపూవు తెల్లన

1. ______________ తెల్లన
2. ______________
3. ______________

ఉదా: ముద్దబంతి పచ్చన

1. ______________ పచ్చన
2. ______________
3. ______________

(ఉ) కింది పదాలను జతపరచండి. సొంతవాక్యాలలో రాయండి.

భోజనం	గూడు	ఉదా: రవి భోజనం చేయాలని హోటలుకు వెళ్ళాడు.
కాకి	హోటలు	
పులి	పంటలు	
వానలు	నీడ	
కథలు	జంతువు	
చెట్టు	పాటలు	

(ఊ) కింది గేయాన్ని చదవండి. పొడిగించి రాయండి.

వచ్చె వచ్చె మామ వచ్చె

వచ్చిన మామ గజ్జెలు తెచ్చె

వచ్చె వచ్చె తాత వచ్చె

వచ్చిన తాత...................................

వచ్చె వచ్చె...................................

వచ్చిన ....

(ఏ) కింది బస్సు బొమ్మను పూర్తిగా గీయండి. రంగులు వేయండి. బస్సు గురించి రాయండి.

....
....
....
....
....
....
....
....
....
....

(ఐ) పదాల వేట.

- ముగ్గురు ఒక జట్టుగా ఏర్పడండి.
- మూడు చీటీలపై ఒక్కొక్క దానిపై 2, 3, 4 సంఖ్యలు రాయండి.
- చీటీలు మడిచి జట్టు మధ్యలో వేయండి. ఒక్కో చీటీ తీసుకొని ఆ చీటీపై ఉన్న అంకె ప్రకారం పాఠంనుండి అన్ని అక్షరాల పదాలు రాయండి. 2 సంఖ్య వచ్చినవారు 2 అక్షరాల పదాలు, 3 సంఖ్య వచ్చినవారు 3 అక్షరాల పదాలు, 4 సంఖ్య వచ్చినవారు 4 అక్షరాల పదాలు రాయాలి. ఇలా ఆటను కొనసాగించాలి. చివరికి ఎవరు ఎక్కువ పదాలు రాస్తే వారు విజేత.

10. గువ్వకు ముక్కెర

 పాఠం

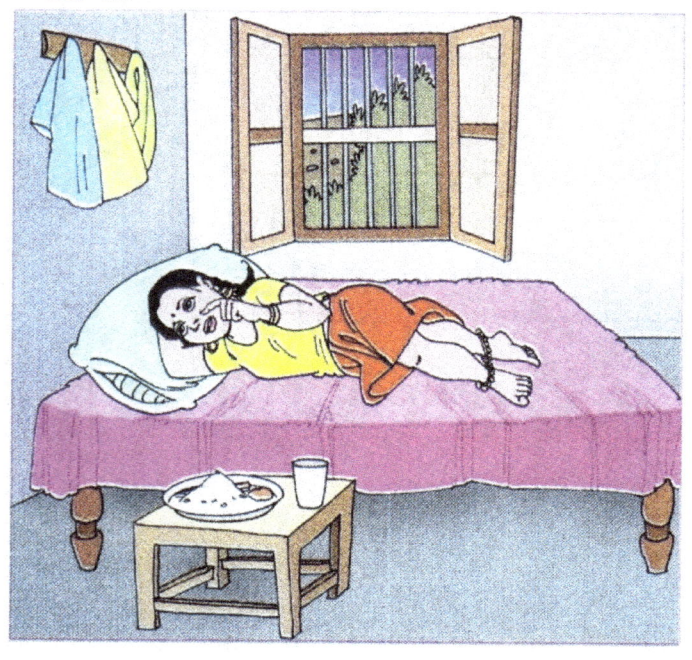

గువ్వకు జరమమ్మా

రాతిరి బువ్వే తినలేదు

ముక్కుకు ముక్కెర కావాలంటది

ముక్కు చూపుతూ నడవాలంటది

గువ్వకు జరమమ్మా

రాతిరి బువ్వే తినలేదు.

నడుముకు ఒడ్డాణం కావాలంటది

నడుము తిప్పుతూ నడవాలంటది

గువ్వకు జరమమ్మా

రాతిరి బువ్వే తినలేదు

కాళ్ళకు గజ్జెలు కావాలంటది

కాళ్ళు తిప్పుతూ తిరగాలంటది

గువ్వకు జరమమ్మా

రాతిరి బువ్వే తినలేదు.

వినండి - మాట్లాడండి

(అ) పాఠంలోని గేయాన్ని రాగంతో పాడండి. అభినయం చేయండి.

(ఆ) గువ్వ ఏమేమి కావాలని అడిగింది?

(ఇ) గువ్వ రాత్రి బువ్వ ఎందుకు తినలేదు?

(ఈ) నువ్వే గువ్వ స్థానంలో ఉంటే ఏం కోరుకుంటావు?

(ఉ) జ్వరం వచ్చినపుడు నీకేమనిపిస్తుంది?

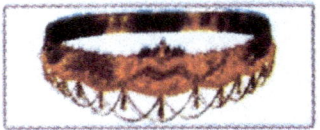

చదవండి

(అ) కావాలంటది, నడవాలంటది... ఇలాంటి ప్రాసపదాలు గేయంలో ఉన్నాయి. ఆ పదాలున్న వాక్యాలు చదవండి. పాఠంలో వాటి కింద గీత గీయండి.

(ఆ) కింది పదాలు చదవండి.

అక్క	ముక్కు	అవ్వ	నువ్వులు
వక్క	ఉక్కు	గువ్వ	కవ్వం
చొక్కా	తక్కెడ	తువ్వాలు	దువ్వెన
ఎక్కాలు	ముక్కోటి	జువ్విచెట్టు	బువ్వ
చక్కిలిగింత	దిక్కు	నవ్వు	పువ్వు

(ఇ) కింది పదాలలో తేడాను గుర్తిస్తూ చదవండి.

1. గువ – గువ్వ		5. బువ – బువ్వ	
2. ముకెర – ముక్కెర		6. ముకు – ముక్కు	
3. నక – నక్క		7. మువ – మువ్వ	
4. కుక – కుక్క		8. దువెన – దువ్వెన	

(ఈ) కింది గేయం చదవండి. అభినయం చేసి చూపండి.

చెన్నాపురం చెరుకు ముక్క
నీకో ముక్క నాకో ముక్క
భీమునిపాలెం బిందెల జోడు
నీకో బిందె నాకో బింది
బంగినపల్లి మామిడి పండు
నీకో పండు నాకో పండు

(ఉ) కింది మాటలు గబగబా చదవండి.

చిక్కు లెక్క	టక్కరి నక్క
చెక్క ముక్క	మువ్వల సవ్వడి
అక్క ముక్కెర	రవ్వల దండ
అవ్వకు బువ్వ	గులాబి పువ్వు
ముసి ముసి నవ్వు	గువ్వల జంట

(ఊ) కిందివాటిలో పదాలవరసను సరిచేసి వాక్యాలు రాయండి.

1) లలిత లెక్కపెట్టింది గవ్వలు

2) తల కావాలి దువ్వెన దువ్వుకోడానికి

3) రంగన్న ఎక్కి చెట్టు కోశాడు కాయలు

4) పుట్టింది ఆవుకు దూడ

5) అవ్వ కవ్వంతో చిలికింది పెరుగు.

....

....

....

....

....

....

....

....

....

....

రాయండి

(అ) కింది ఒత్తు అక్షరాలకు గుణింతాలు రాయండి. అవి ఉండే పదాలు రాయండి.

✓	ా	ి	ీ	ు	ూ	ె	ే	ై	ొ	ో	ౌ	ం
క్క	క్కా											
వ్వ	వ్వా											

ఉదా: అక్క ________ ________ ________

________ ________ ________ ________

________ ________ ________ ________

(ఆ) గళ్ళలోని అక్షరాలతో పదాలు రాయండి.

బు	ము	కు	కొ
గు	వ	ఉ	వ్వ
క్క	క్కు	వ్వు	ఎ
న	అ	ర	చె

ఉదా: అవ్వ ________

(ఇ) కింది పదాలలో ఒత్తులు లేవు. ఒత్తులు చేర్చి పదాలను సొంత వాక్యాలలో రాయండి.

ఉదా: బుట బుట్ట : బుట్టలో పూలు ఉన్నాయి.

1. జలెడ .... : ....

2. చకెర .... : ....

3. నవు .... : ....

4. బజీ .... : ....

5. గువ .... : ....

(ఈ) కింది గేయాన్ని చదవండి. పాడిగించి గీతలలో రాయండి.

బంతిపువ్వు భారతికంట.

చామంతిపువ్వు చెల్లాయికంట.

తామరపువ్వు తమ్ముడికంట.

మందారపువ్వు మా అక్కకంట.

....

....

....

....

....

....

....

(ఉ) గేయాన్ని చదవండి. పాడిగించి రాయండి.

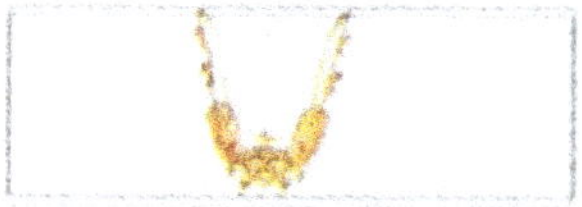

గువ్వకు జరమమ్మా రాతిరి బువ్వే తినలేదు

చేతికి గాజులు..

....

వేలికి ....

....

చెవికి ....

....

....

....

60

(ఊ) ఈమె పేరు రాధ. రాధ ఏ ఏ నగలు పెట్టుకుందో చూడండి. వాక్యాలు రాయండి.

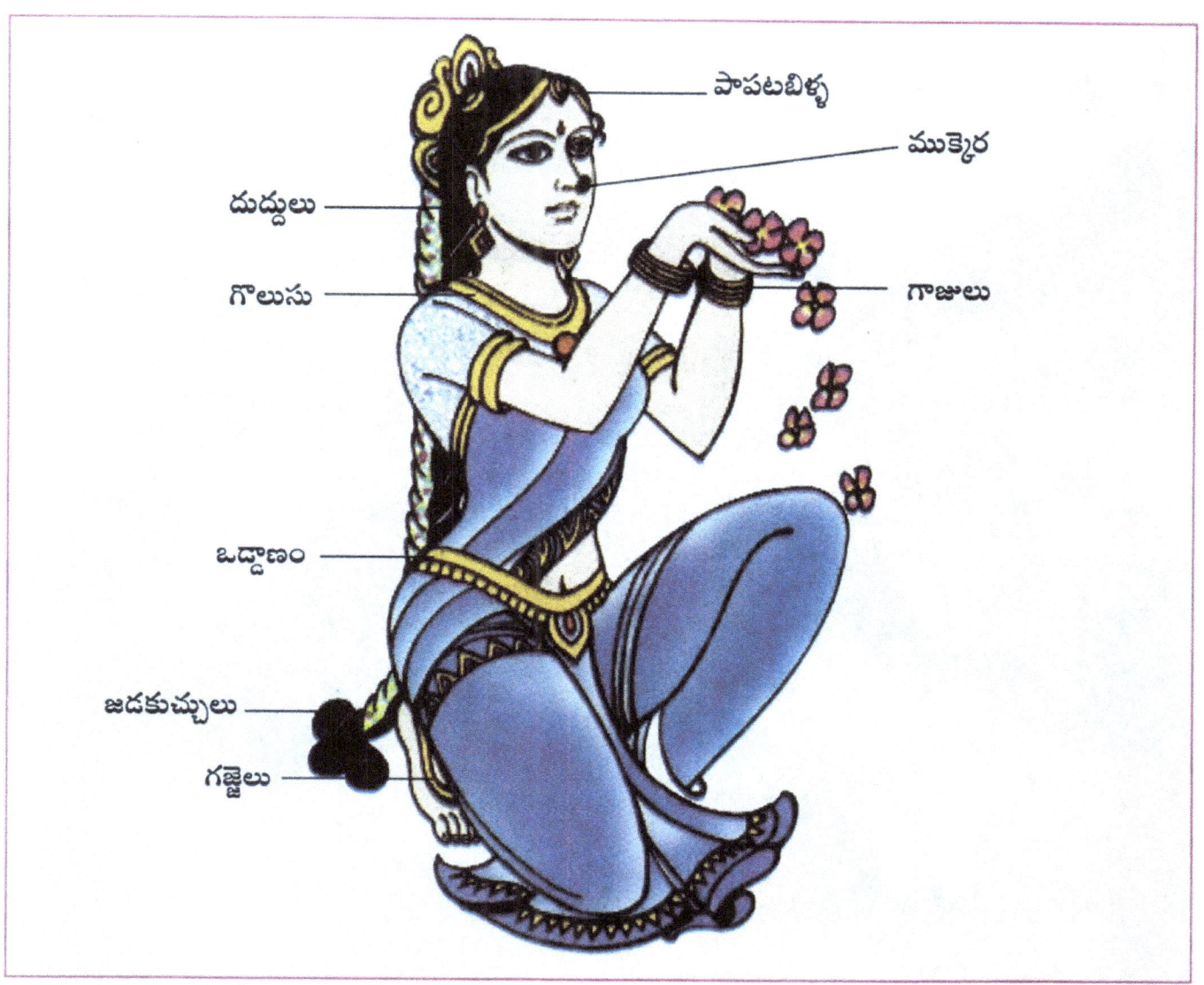

ఉదా: రాధ ముక్కుకు ముక్కెర పెట్టుకుంది.

11. ముత్యాల చెమ్మ చెక్క

 పాఠం

చెమ్మ చెక్క చారడేసి మొగ్గ
అట్లు పొయ్యంగ ఆరగించంగ
ముత్యాల చెమ్మ చెక్క ముగ్గులెయ్యంగ
రత్నాల చెమ్మ చెక్క రంగులెయ్యంగ
పగడాల చెమ్మ చెక్క పందిరెయ్యంగ
పందిట్లో మాబావ పెళ్ళిచెయ్యంగ
సుబ్బరాయుడి పెళ్ళి చూసి వద్దాం రండి
మా ఇంట్లో పెళ్ళి మళ్ళి వద్దాం రండి.

వినండి - మాట్లాడండి

(అ) పాఠంలోని గేయాన్ని రాగంతో పాడండి. అభినయించండి.

(ఆ) పాఠంలోని బొమ్మలో పిల్లలు ఏంచేస్తున్నారో చెప్పండి.

(ఇ) మీ స్నేహితులతో ఆటలాడేటప్పుడు పాడే పాటలు కొన్ని పాడండి.

(ఈ) మీరు ఎప్పుడయినా అట్లు తిన్నారా? మీ అమ్మ అట్లు ఎలా చేస్తుందో చెప్పండి.

(ఉ) మీకు నచ్చిన ఆట ఏది? అది ఎలా ఆడతారు?

చదవండి

(అ) కింది పదాలు చదవండి. గేయంలో అవి ఎక్కడ ఉన్నాయో గుర్తించి '◯' చుట్టండి.

ముత్యాలు, అట్లు, ముగ్గు, రంగులెయ్యంగ.

(ఆ) కింది పదాలు చదవండి.

అమ్మ	అమ్మాయి	కొయ్య	ఉయ్యాల
తొమ్మిది	కమ్మీలు	నెయ్యి	వెయ్యి
తమ్ముడు	తుమ్మెద	నుయ్యి	గొయ్యి
బొమ్మలకొలువు	నిమ్మకాయ	పొయ్యి	అయ్య
సమ్మెట	తుమ్ములు	బియ్యం	కయ్యం

(ఇ) కింది పదాలలో గీత గీసిన అక్షరాల తేడా గమనిస్తూ చదవండి.

1. అమ్మ - అమ
2. కమలు - కమ్ములు
3. తమ్ముడు - తముడు
6. కొయ్య - కొయ
7. బియ్యం - బియం
8. ఉయాల - ఉయ్యాల

(ఈ) కింది పేరా చదవండి. సొంత మాటల్లో చెప్పండి.

శివ బడినుండి వచ్చాడు. ఆకలి అవుతున్నది. అన్నం పెట్టమని అమ్మను అడిగాడు. బియ్యం కడిగి పొయ్యిమీద పెట్టానని వాళ్ళమ్మ చెప్పింది. ఆలోగా చెల్లితో ఆడుకోమంది. శివ చెల్లితో ఆడుకున్నాడు. కొద్దిసేపటికి అమ్మ నెయ్యి వేసిన అన్నం తెచ్చింది. పప్పు కలిపి పెట్టింది.

(ఉ) కింది వాక్యాలు తప్పులు లేకుండా ధారాళంగా చదవండి.

ఆదివారం అమల ఆడుకుంటుంటే.

అమ్మ రమ్మని పిలిచింది.

ఎందుకు అని అడిగింది.

నిమ్మకాయలు తేవడానికి అంది.

ఎందుకు అని అడిగింది.

పులిహోర చేయడానికి అంది.

పులిహోర తింటే ఎంత బాగుంటుందో!

(ఊ) కింది వాక్యాలలో సరైన పదం ఉంచి రాయండి.

(నాన్నమ్మ, అమ్మమ్మ, తాతయ్య, చిన్నాన్న)

1. అమ్మకు అమ్మను .... అంటారు.

2. నాన్నకు అమ్మను.. అంటారు.

3. నాన్నకు నాన్నను .... అంటారు.

4. ....అంటే నాన్నకు తమ్ముడు.

రాయండి

(అ) కింది ఒత్తు అక్షరాలకు గుణింతాలు రాయండి. అవి ఉండే పదాలు రాయండి.

✓	ా	ి	ీ	ు	ూ	ె	ే	ై	ొ	ో	ౌ	ం
మ్మ	మ్మా											
య్య	య్యా											

1. ఉదా : అమ్మాయి
2. __________
3. __________
4. __________
5. __________
6. __________
7. __________
8. __________
9. __________
10. __________
11. __________
12. __________

(ఆ) కింది గళ్ళలోని అక్షరాలతో కొన్ని పదాలు ఏర్పడతాయి. వాటిని కింది గీతలలో రాయండి. ఎక్కువ పదాలు రాసినవారు విజేతలు.

దే	శం	న్న	ని	ల	యం
వ	డ	క	మా	య	కొ
త	తొ	౹ర	బు	అ	య్య
మొ	న	చొ	ర	వ్వ	గ
ర	కొ	మ్మ	బ	ద్ద	ము

1. ఉదా: క్ర
2. __________
3. __________
4. __________
5. __________
6. __________
7. __________
8. __________
9. __________
10. __________
11. __________
12. __________
13. __________
14. __________

(ఇ) కింది వాక్యాలు చదవండి. జవాబులు రాయండి. ఇలాంటివే మరికొన్ని రాయండి.

1) టెంక ఉంటుంది. ఎండాకాలంలో దొరుకుతుంది. ఏమిటది?..............................

2) భౌ భౌ అంటుంది. ఇంటికి కాపలా ఉంటుంది. ఏమిటది? ....

3) .... ఏమిటది? ....

4) .... ఏమిటది? ....

(ఈ) మీకు తెలిసిన పక్షుల పేర్లు రాయండి. వాటి బొమ్మలు సేకరించి అతికించండి. మీకు నచ్చిన ఒక పక్షి గురించి రాయండి.

రాము తెలివి

చదువు - ఆనందించు

రాము తన స్నేహితులతో బంతాట ఆడుతున్నాడు. ఇంతలో బంతి ఎగురుతూ పోయి చెట్టుతొర్రలో పడింది.

2

బంతికోసం పిల్లలు చెట్టుతొర్రలో చేతులు పెట్టారు. చీమలు కుట్టాయి.

3

రాముకు తెలివైన ఆలోచన వచ్చింది.

4

బిందెలతో నీళ్ళు తెచ్చి తొర్రలో పోశాడు. బంతి తేలుతూ పైకి వచ్చింది.

5

పిల్లలు రాము తెలివికి మెచ్చుకున్నారు.

12. సబ్బు

 పాఠం

ఏనుగొచ్చిందేనుగు.
ఏ ఊరొచ్చిందేనుగు?
మా ఊరొచ్చిందేనుగు.
మంచినీళ్ళు తాగిందేనుగు.
ఎక్కడికెళ్ళిందేనుగు?
సంతకు వెళ్ళిందేనుగు.
ఏమి తెచ్చిందేనుగు?
సబ్బును తెచ్చిందేనుగు.
ఏమి చేసిందేనుగు?
స్నానం చేసిందేనుగు.
ఎక్కడికెళ్ళిందేనుగు?
తోటకెళ్ళిందేనుగు.
ఏమి తెచ్చిందేనుగు?
కొబ్బరికాయ తెచ్చిందేనుగు.
ఎవరికిచ్చిందేనుగు?
అబ్బాయికిచ్చిందేనుగు.

వినండి - మాట్లాడండి

(అ) పాఠంలోని గేయాన్ని రాగంతో పాడండి. అభినయం చేయండి.

(ఆ) కొబ్బరితో ఏమేమి చేస్తారు ?

(ఇ) ఏనుగును గురించి మాట్లాడండి.

(ఈ) సంతలో ఏమేమి అమ్ముతారు?

(ఉ) మీరు ఏ యే సబ్బులు వాడతారు ?

చదవండి

(అ) 'ఏ ఊరొచ్చిందేనుగు?'- ఇలాంటి ప్రశ్న వాక్యాలను పాఠంలో చదవండి.

(ఆ) కింది పదాలు తప్పులు లేకుండా చదవండి.

కొబ్బరి	అబ్బాయి	బిళ్ళ	కళ్ళాపి
డబ్బా	గబ్బిలం	పెళ్ళి	కిళ్ళీ
గొబ్బి	అరటబ్బీ	నీళ్ళు	కళ్ళు
సబ్బు	మబ్బు	గొళ్ళెం	పళ్ళెం
బొబ్బలు	డబ్బులు	గుళ్ళో పెళ్ళి	బళ్ళో చదువు

(ఇ) పదాలలో కింద గీత గీసిన అక్షరాలలో తేడాను గుర్తిస్తూ చదవండి.

పెళి -	పెళ్ళి	అబాయి -	అబ్బాయి
కళు -	కళ్ళు	కొబరికాయ -	కొబ్బరికాయ
నీళు -	నీళ్ళు	సబు -	సబ్బు

(ఈ) కింది ఖాళీలలో సరైన పదం ఉంచి చదవండి. రాయండి.

గబ్బిలం, గొళ్ళెం, కొబ్బరినీళ్ళు, కళ్ళు

1. .... చీకటిలో తిరుగుతుంది.

2. తలుపుకు .... ఉంటుంది.

3. ఎండాకాలంలో .... తాగితే మంచిది.

4. పిల్లి .... చీకటిలో మెరుస్తాయి.

(ఉ) కింది పేరా చదవండి. ప్రశ్నలు అడగండి. రాయండి.

అవ్వ అంగడికి వెళ్ళింది.	ఉదా: అవ్వ ఎక్కడికి వెళ్ళింది?
తియ్యటి బెల్లం తెచ్చింది	
పిండితో కుడుములు చేసింది	
ఇంతలో పిల్లి వచ్చింది	
చేసిన కుడుములు తిన్నది.	

(ఊ) కింది వాక్యాలలోని కొన్ని పదాలలో ఒత్తులు లేవు. ఒత్తులు చేర్చి రాయండి.

1. రూపాయి బిళపై సింహం బొమ

2. గురానికి కళెం ఉంది.

3. గులాబీకి ముళు ఉంటాయి.

4 భోజనానికి ముందు సబుతో చేతులు కడగాలి.

రాయండి

(అ) కింది ఒత్తు అక్షరాలకు గుణింతాలు రాయండి. అవి ఉండే పదాలు రాయండి.

	✓	ా	ి	ీ	ు	ూ	ె	ే	ై	ొ	ో	ౌ	ం
ళ	ళ్ళ	ళ్ళా											
బ	బ్బ	బ్బా											

ఉదా : బిళ్ళ

(ఆ) కింది గళ్ళలోని అక్షరాలతో పదాలు రాయండి.

మ	రా	సి	నీ
జ	క	గ్గ	డ
ము	బ్బు	ర	దు
బ్బా	జు	జో	ళ్ళు

ఉదా : మబ్బు

(ఇ) కింది వాటికి జవాబులు చెప్పండి. రాయండి. మరికొన్ని మీరు సేకరించండి.

1) కాయ కాని కాయ జవాబు : తలకాయ

2) కర్ర కాని కర్ర ....

3) కోడి కాని కోడి ....

4) మామ కాని మామ ....

5) మాట కాని మాట ....

(ఈ) కొబ్బరి చెట్టు బొమ్మ గీయండి. కొబ్బరి చెట్టునుండి మనకు ఏమేమి వస్తాయి? వాటితో ఏమి చేస్తారో రాయండి.

(ఉ) కింది బొమ్మను చూడండి. అబ్బాయి – ఏనుగు ఏం మాట్లాడుకుంటున్నారో రాయండి.

అబ్బాయి : ఏనుగూ...! ఏనుగూ...! ఎక్కడికి వెళ్ళావు?

ఏనుగు : సంతకెళ్ళాను.

అబ్బాయి ....

ఏనుగు ....

అబ్బాయి ....

ఏనుగు ....

అబ్బాయి ....

13. రత్తయ్య - జగ్గయ్య

 పాఠం

అనగనగా ఒక ఊరు.

ఆ ఊరిలో రత్తయ్య అనే రైతు ఉండేవాడు.

ఆయనకు లేక లేక ఒక కొడుకు పుట్టాడు.

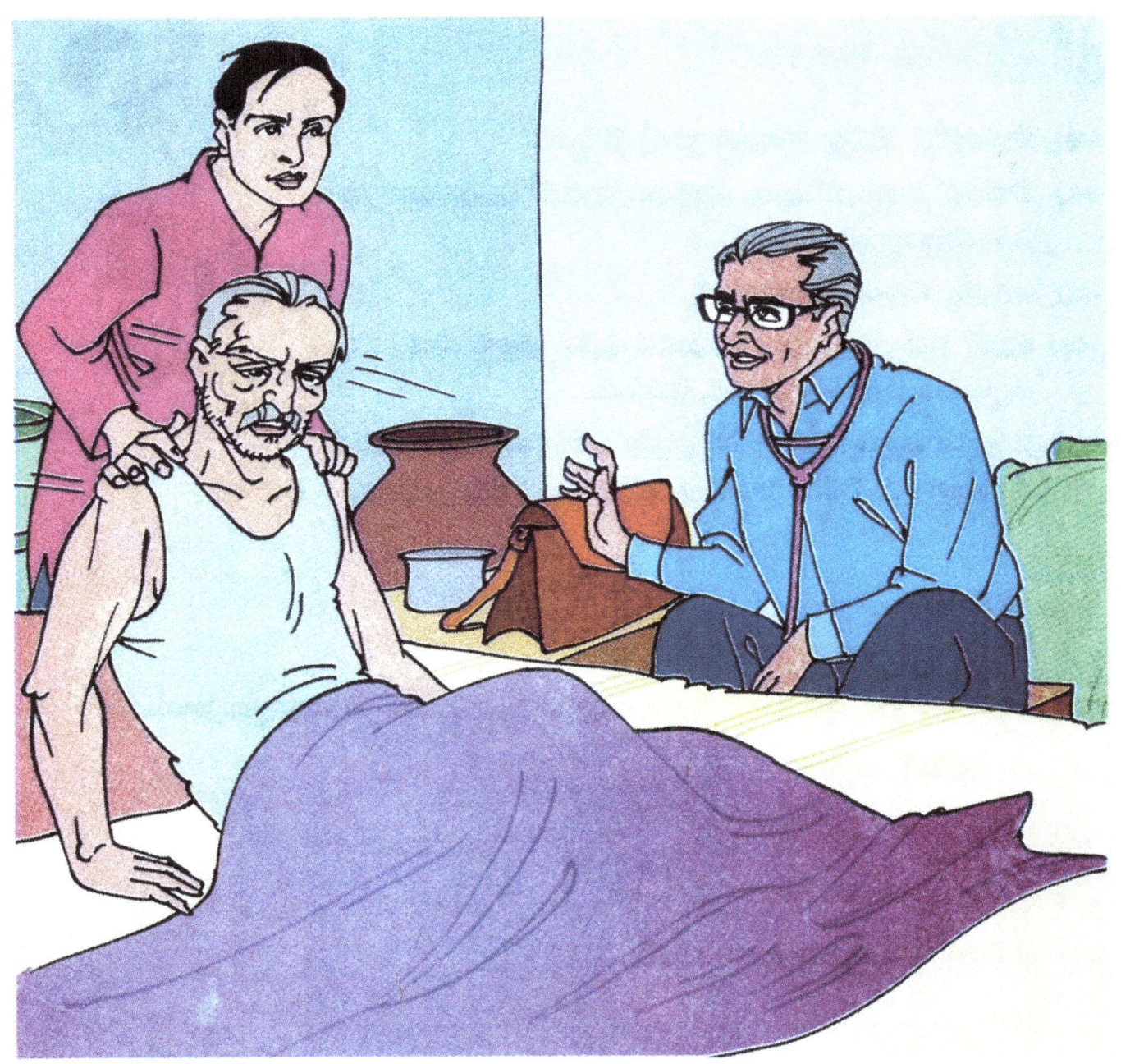

వాడి పేరు జగ్గయ్య. ఒట్టి అమాయకుడు. రత్తయ్య ముసలివాడయినాడు. జబ్బుచేసింది. దగ్గి దగ్గి అలసిపోయేవాడు. డాక్టరు వచ్చాడు, మందులు ఇచ్చాడు. మందుసీసా మీద "బాగా ఊపి తాగండి" అని ఉంది.

జగ్గయ్య దానిని చదివాడు. మందు తాగించాడు. కానీ రత్తయ్యకు దగ్గు తగ్గలేదు. మళ్ళీ డాక్టరు వచ్చాడు. మందు తాగించావా? అని అడిగాడు. "ఓ... నాన్నను బాగా ఊపి మందు తాగించాను" అన్నాడు జగ్గయ్య. జగ్గయ్య తెలివి తక్కువతనానికి డాక్టరు నవ్వుకున్నాడు. నాన్నను కాదు, సీసాను బాగా ఊపి మందు తాగించాలని చెప్పాడు. జగ్గయ్య తాను చేసిన పనికి సిగ్గుపడ్డాడు.

వినండి - మాట్లాడండి

(అ) పాఠంలోని కథను సొంతమాటల్లో చెప్పండి.

(ఆ) పాఠంలో రెండు బొమ్మలు ఉన్నాయి. వాటిలో ఎవరెవరున్నారు? ఏం చేస్తున్నారు? చెప్పండి.

(ఇ) జగ్గయ్య గురించి మాట్లాడండి.

(ఈ) కథలో నవ్వు తెప్పించిన సంఘటన ఏది? అలాగే మీకు నవ్వు తెప్పించిన సంగతి మరొకటి చెప్పండి.

(ఉ) ముగ్గురు పిల్లలు జట్టుగా ఏర్పడండి. ఒకరు జగ్గయ్యగా, ఒకరు రత్తయ్యగా మరొకరు డాక్టరులా ఉండండి. కథను అభినయం చేయండి.

చదవండి

(అ) కింది వాక్యాలు చదవండి. పాఠం ఆధారంగా వచ్చే తర్వాతి వాక్యాలు రాయండి.

అనగనగా ఒక ఊరు. ....

ఆయన కొడుకు పేరు జగ్గయ్య. ....

రత్తయ్య ముసలివాడయినాడు. ....

(ఆ) పాఠంలోని ఒత్తుపదాలు రాయండి.

....	....	....	....
....	....	....	....
....	....	....	....

(ఇ) కింది పదాలు స్పష్టంగా చదవండి.

బుగ్గ	దగ్గర	బిడ్డ	గొడ్డలి	అత్త	బత్తాయి
అగ్గి	బుగ్గి	లడ్డు	ఒడ్డాణం	పత్తి	సుత్తి
ముగ్గు	బొగ్గు	గడ్డి	వడ్డీ	పొత్తు	వత్తులు
గగ్గోలు	మగ్గం	గుడ్డు	విడ్డూరం	కత్తెర	ఎత్తు
సగ్గుబియ్యం	గుగ్గిళ్లు	చిచ్చుబుడ్డి	పచ్చగడ్డి	పువ్వుల గుత్తి	అగరుబత్తి

(ఈ) కింది పదాలలో గీత గీసిన అక్షరాలలో తేడాను గుర్తిస్తూ చదవండి.

అగి	-	అగ్గి	గడపార	-	గడ్డపార	బుగ	- బుగ్గ
ఒడాణం	-	ఒడ్డాణం	గగోలు	-	గగ్గోలు	కబడీ	- కబడ్డీ
బతాయి	-	బత్తాయి	వితనం	-	విత్తనం	గిత	- గిత్త

(ఉ) కింది ఖాళీలను సరైన పదాలతో పూరించండి. చదవండి.

1. ఆవు .... తింటుంది.
2. నాన్నగారి చెల్లెలిని .... అంటారు
3. చలికి .... కప్పుకుంటారు.
4. ఇంటిముందు .... పెడతారు.
5. బట్టలను .... తో కత్తిరించాలి.

రాయండి

(అ) కింది ఒత్తు అక్షరాలకు గుణింతాలు రాయండి. అవి ఉండే పదాలు రాయండి.

✓	ా	ి	ీ	ు	ూ	ె	ే	ై	ొ	ో	ౌ	ం
గ్గ												
డ్డ												
త్త												

ఉదా : గడ్డి ________ ________ ________

________ ________ ________ ________

________ ________ ________ ________

(ఆ) గళ్ళలోని అక్షరాలతో కొత్త పదాలు రాయండి.

ఉదా : కత్తి

సి	త్తి	క	కొ
త	గ	గ్గి	డ్డ
డ్డి	గు	డ్డు	గ్గ
అ	బొ	త్త	సు

(ఇ) కింది బొమ్మల పేర్లు రాయండి. వాటితో వాక్యాలు రాయండి.

1
2
3
4
5
6
1. ....

2. ....

3. ....

4. ....

5. ....

6. ....

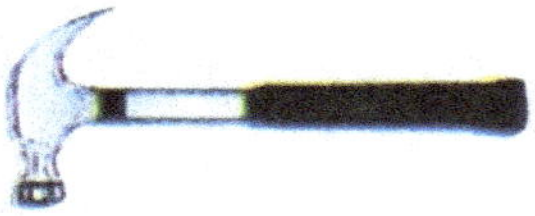

(ఈ) కింది పదాలు జతచేయండి. వాటితో వాక్యాలు రాయండి.

కొత్త	గవ్వ
చెత్త	మజ్జిగ
గుడ్డి	దుత్త
తాత	బుట్ట
చల్లని	బొగ్గు
కర్ర	దగ్గు

ఉదా: కొత్త దుత్తలో నీళ్ళు చల్లగా ఉంటాయి.

(ఉ) కింది బొమ్మ ఆధారంగా కథను చెప్పండి. రాయండి.

79

14. రింగు రింగు బిళ్ళ

 పాఠం

రింగు రింగు బిళ్ళ – రూపాయి దండ

దండ కాదురా – తామర మొగ్గ

మొగ్గ కాదురా – మోదుగ నీడ

నీడ కాదురా – నిమ్మలబావి

బావి కాదురా – బచ్చలి కూర

కూర కాదురా – కుమ్మరిమెట్టు

మెట్టు కాదురా – మేదర సిబ్బి

సిబ్బి కాదురా – చీపురుకట్ట

కట్ట కాదురా – కావడిబద్ద

బద్ద కాదురా – బారెడు మీసం

మీసం కాదురా – మిరియాల పొడుం

పొడుం కాదురా – పోకిరిబావ

వినండి - మాట్లాడండి

(అ) పాఠంలో గేయాన్ని రాగంతో పాడండి. అభినయం చేయండి.

(ఆ) పాఠంలోని బొమ్మను చూసి ఎవరెవరు ఏమి చేస్తున్నారో చెప్పండి.

(ఇ) బచ్చలి ఒక ఆకుకూర! మీకు తెలిసిన మరికొన్ని ఆకుకూరల పేర్లు చెప్పండి.

(ఈ) గేయాన్ని పొడిగించండి.

పోదుం కాదురా – పోకిరి బావ,
బావకాదురా......................

....

చదవండి

(అ) పాఠంలో 'కాదురా' అనే పదంతో వచ్చే వాక్యాలు గుర్తించండి. వాటి కింద గీత గీయండి.

(ఆ) పాఠంలోని ఒత్తుపదాలు చదవండి.

(ఇ) అంత్యాక్షరి – కింది పదాలు చదవండి. పదంలోని చివరి అక్షరంతో మొదలయ్యే పదాలను కోతితోకతో కలపండి.

జమున గద దవడ

వనజ

నగ మడత దమడమ

సున్నము ముక్కెర తలుపు పులుసు

(ఈ) కింది పేరా చదవండి. ప్రశ్నలకు జవాబు చెప్పండి.

మేరీ అల్లరి పిల్ల. ఒక రోజున కొబ్బరాకులు కోసింది. కొబ్బరిపుల్లలు తీసింది. ధనుస్సు తయారుచేసింది. కొబ్బరిపుల్ల బాణం వేసింది. అది పిల్లిపిల్ల కాలికి తగిలింది. పిల్లిపిల్ల గిర్రున తిరిగి పడిపోయింది. మేరీ బాధపడింది. పిల్లిపిల్లను మెల్లగా పట్టుకొంది. ఒళ్లోకి తీసుకుంది. కాలికి కట్టు కట్టింది. పాలబువ్వ పెట్టింది. పిల్లిపిల్ల ఆనందంగా పాలబువ్వ తింది. గంతులు వేసింది.

1. మేరీ ధనుస్సు దేనితో తయారు చేసింది?

....

2. పిల్లి ఎందుకు పడిపోయింది?

....

3. మేరీ ఎందుకు బాధ పడింది?

....

(ఉ) కింది సామెతలను ధారాళంగా చదవండి. అందులోని ఒత్తుపదాలను గుర్తించండి. రాయండి.

- అప్పు చేసి పప్పుకూడు.
- ఒకే దెబ్బకు రెండు పిట్టలు.
- కుక్క కాటుకు చెప్పు దెబ్బ.
- కొత్త బిచ్చగాడు పొద్దెరగడు.

రాయండి

(అ) కింది అక్షరాలకు ఒత్తులు రాయండి.

క	గ	త	ప	ర	చ	య	ద	ల	ట	మ	బ	న	జ
్క													
క్క													

పై ఒత్తులు ఉండే రెండక్షరాల పదాలు రాయండి.

ఉదా : కుక్క ________ ________ ________

________ ________ ________ ________

________ ________ ________ ________

(ఆ) కింది వాక్యాలలో బొమ్మలకు బదులుగా పదాలు ఉంచి వాక్యాలను చదవండి, రాయండి.

1. కుండలు చేస్తాడు. ________

2. కొలనులో లు ఉన్నాయి. ________

3. పోకిరి బావకు బారెడు ________

4. మెడలో ఇత్తడి ________

(ఇ) కింది జంట పదాలను చదవండి. వాటితో వాక్యాలు రాయండి.

ఉదా: మెల్లమెల్లగా   నేను మెల్లమెల్లగా నడిచాను.

1. కొత్తకొత్తగా   ....

2. అప్పుడప్పుడు   ....

3. ఘల్లుఘల్లున   ....

4. చెంగుచెంగున   ....

(ఈ) బడికి సంబంధించిన పదాలు రాయండి. మీ బడిని గురించి 5-6 వాక్యాలు రాయండి.

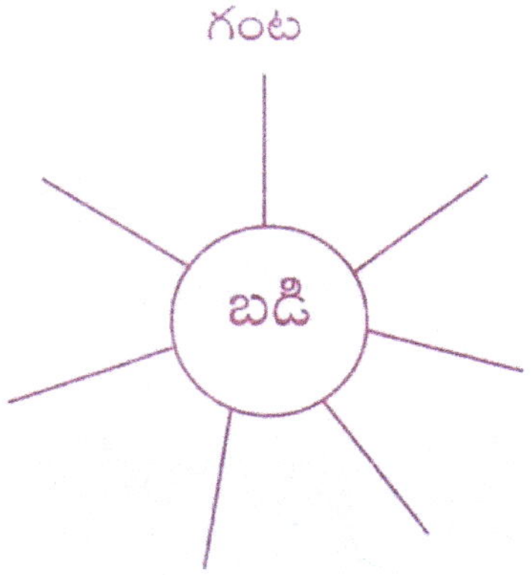

గంట

బడి

(ఉ) మీ గురించి పరిచయం చేసుకోండి.

నా పేరు ....

మా నాన్న పేరు ....

మా అమ్మ పేరు ....

నేను .... తరగతి చదువుతున్నాను.

నాకు .... రంగు అంటే ఇష్టం.

నాకు .... ఆట అంటే ఇష్టం.

నేను రోజూ ....

....

....

83

15. జెండా పండుగ

పాఠం

ఆ రోజు ఆగస్టు 15. జెండా పండుగ రోజు. పిల్లలు, టీచర్లు పొద్దున్నే బడికి వచ్చారు. అందరూ కలిసి ఊరిలోకి ఊరేగింపుగా వెళ్లారు. నినాదాలు చేస్తూ వాడవాడలు తిరిగారు. గ్రామపంచాయితీ ఆఫీసు దగ్గర ఆగారు. అక్కడ గ్రామ సర్పంచి గంగారాం జాతీయ జెండాను ఎగరవేశారు. అక్బరు, రాబర్టు, సుల్తానా, రమ్య, శ్రీరాం జాతీయగీతం పాడారు. ఆ తర్వాత అంతా కలిసి మళ్ళీ బడికి వచ్చారు. తల్లిదండ్రులు, గ్రామస్థులు, పంచాయితీ సభ్యులు, సర్పంచి కూడా వచ్చారు.

సంయుక్త టీచరు జెండా ఎగరవేశారు. జాతీయగీతం పాడుతూ అందరూ జెండాకు వందనం చేశారు. దేశభక్తి గేయాలు పాడారు. పోటీలలో గెలిచినవారికి బహుమతులు ఇచ్చారు. పిల్లలకు, పెద్దలకు మిఠాయిలు పంచారు. ఆనందంగా గంతులు వేస్తూ పిల్లలు ఇళ్ళకు వెళ్ళారు.

 **వినండి - మాట్లాడండి**

(అ) మీ బడిలో జెండా పండుగ రోజు ఏమేమి చేశారో చెప్పండి.

(ఆ) మీరు మీబడిలో పాడే దేశభక్తి గేయం పాడండి.

(ఇ) వందేమాతరం, జనగణమన గీతాలను రాగంతో పాడండి.

(ఈ) జాతీయ జెండాను మీ ఊరిలో ఎప్పుడెప్పుడు, ఎక్కడెక్కడ ఎగరవేస్తారు?

 **చదవండి**

(అ) కింది పదాలు పాఠంలో ఎక్కడెక్కడ ఉన్నాయో గుర్తించండి.

బడి, టీచర్లు, మిఠాయిలు, జాతీయగీతం, జెండాపండుగ

(ఆ) పాఠంలో ఒత్తు అక్షరాలు వచ్చిన పదాలు చదవండి.

(ఇ) పాఠంలో ఒక అక్షరానికి అదే అక్షరం ఒత్తుగా ఉన్న పదాలు ఏవి? ఒక అక్షరానికి వేరే అక్షరం ఒత్తుగా ఉన్న పదాలు ఏవి? పట్టికలో రాయండి.

అదే ఒత్తు	వేరే ఒత్తు
....	....
....	....
....	....
....	....
....	....
....	....
....	....

(ఈ) కింది పదాలను చదవండి.

పిచ్చుక	మార్చి	ఉషస్సు	ఉత్సాహం	శబ్దం
అబ్బాయి	జట్కాబండి	చెల్లెలు	దగ్గు	అర్థం
దుర్గ	పొట్లకాయ	పొట్టేలు	మాస్టారు	రత్నం
సూర్యుడు	ఉయ్యాల	సర్కసు	చక్కెర	రాట్నం
దుప్పెన	పర్వతం	పుస్తకం	దర్జీ	కల్పన
గుమ్మడికాయ	కర్తవ్యం	కప్పు	జన్మభూమి	కర్పూరం
కళ్యాణం	బల్బు	రాత్రి	చక్రం	కార్తికమాసం
పద్మ	ఖడ్గం	వస్తువులు	పల్టీలు	ఉప్మా
గుడ్లగూబ	ఎడ్లబండి	కట్లపాము	గుర్తులు	కార్డు

ఒక అక్షరానికి అదే అక్షరం ఒత్తుగా వచ్చినవి ఏవి? గీతగీయండి.

పై పదాలలో ఒక అక్షరానికి వేరే అక్షరం ఒత్తుగా వచ్చినవి ఏవి? సున్నా చుట్టండి.

(ఉ) కింది పదాలను చూడండి.

1. నిద్ర 2. వస్త్రం

నిద్ర అనే పదంలో ఒత్తున్న అక్షరం ఏది?

- 'ద్ర'లో ఎన్ని ఒత్తులు ఉన్నాయి?
- 'ద్ర' లో ఉన్న ఒత్తు ఏది?
- రెండవ పదంలో ఒత్తులున్న అక్షరం ఏది?
- 'స్త్ర' లో ఎన్ని ఒత్తులు ఉన్నాయి?
- 'స్త్ర' లో ఉన్న ఒత్తులు ఏవి?

కింది మాటల్లో రెండేసి ఒత్తులున్న మాటలున్నాయి. వాటిని చదవండి.

వస్త్రం	రాష్ట్రం	ఇస్త్రీ
అస్త్రం	ఉష్ట్రపక్షి	మేస్త్రి
శాస్త్రం	జ్యోత్స్న	స్వాతంత్ర్యం
దస్త్రం	స్త్రీ	

(ఊ) కింది పదాలను చదవండి.

మనోజ్ఞ, రసజ్ఞ, ప్రజ్ఞ,

జ్ఞాపకం, జ్ఞానం, యజ్ఞం.

రాయండి

(అ) కింది వాక్యాలలో గీత గీసిన పదం తప్పుగా ఉంది. సరయిన ఒత్తు చేర్చి గీతల్లో రాయండి.

1. టీచర్ పాఠాలు నేరుతారు (్ప, ్త, ్న)

....

....

2. బండికి చకాలు ఉన్నాయి. (్క ్ర, ్ల)

....

....

3. శివ కథల పుసకం చదివాడు. (్య, ్మ, ్త)

....

....

4. పరు లో డబ్బు దాచుకుంటారు. (్న, ్స, ్మ)

....

....

5. పొటకాయ పొడవుగా ఉంది. (్త, ్ల, ్న)

....

....

6. శ్రీధర్ అక్క పేరు కళాణి. (్మ, ్స, ్య)

....

....

(ఆ) మీ మిత్రుడి గురించి తెలుసుకొని రాయండి.

1. పేరు
2. అమ్మ పేరు
3. నాన్న పేరు
4. ఊరి పేరు
5. టీచరు పేరు
6. పాఠశాల పేరు
7. ఇష్టమైన పండు
8. ఇష్టమైన ఆట
9. ఇష్టమైన పువ్వు
10. ఇష్టమైన రంగు
11. ఇష్టమైన కూర

(ఇ) బొమ్మలు చూడండి. ఎవరు ఏ పని చేస్తారో ఒక్కొక్క వాక్యంలో రాయండి.

(ఈ) కింది పట్టిక ఆధారంగా వాక్యాలు రాయండి.

పాము	కుతకుత	పాకింది
చక్రం	జరజర	తిరిగింది
అన్నం	మిలమిల	ఉడికింది
ఏరు	గిరగిర	పారింది
నక్షత్రం	బెకబెక	మెరిసింది
కప్ప	గలగల	అంటుంది

1. పాము జరజర పాకింది.
2. ....
3. ....
4. ....
5. ....
6. ....

(ఉ) ఆకుపచ్చ, తెలుపు, కాషాయం రంగు కాగితాలను సేకరించండి. చిన్న జెండాను తయారుచేసి కింద అతికించండి. మీ బడిలో జరుపుకొన్న జెండా పండుగను గురించి రాయండి.

16. కుందేలు తెలివి

 పాఠం

అనగనగా ఒక అడవి. ఆ అడవిలో ఒక కుందేలు ఉంది. దానికి ఒకరోజు సింహం కనిపించింది. **కుందేలు** భయంతో పరిగెత్తింది. అప్పుడు సింహం "ఆగు! నిన్ను వదిలి పెట్టను" అంది. కుందేలు గజగజ వణికింది. "నన్ను వదిలిపెట్టండి", అని వేడుకుంది. "అయితే నేనడిగే పొడుపు కథలకు సరైన జవాబులు చెప్పు, వదిలిపెడతాను. లేకుంటే, ఈ పూటకు నువ్వే నాకు ఆహారం," అంది సింహం. కుందేలు భయపడుతూనే సరేనన్నది. సింహం అడగడం మొదలుపెట్టింది.

సింహం : తెల్లటి పొలంలో నల్లటి విత్తనాలు. చేత్తో చల్లుతారు, నోటితో ఏరుతారు. ఏమిటవి?

కుందేలు : అక్షరాలు.

సింహం : చెయ్యని కుండ, పొయ్యని నీళ్ళు, వెయ్యని సున్నం, తియ్యగనుండు. అదేమిటి?

కుందేలు : కొబ్బరికాయ.

సింహం : అడవిలో పుట్టింది, అడవిలో పెరిగింది. మాయింటికొచ్చింది తైతక్కలాడింది. ఏమిటో చెప్పు?

కుందేలు : కవ్వం.

సింహం : తోక ఉంటుంది, జంతువు కాదు. ఆకాశంలో ఎగురుతుంది, విమానం కాదు. ఏమిటో చెప్పు.

కుందేలు : గాలిపటం.

సింహం : తండ్రి గరగర, తల్లి పీచుపీచు, బిడ్డలు రత్నమాణిక్యాలు. ఏమిటది?

కుందేలు : పనసపండు.

సింహం : అంతులేని చెట్టు. అరవైకొమ్మలు. కొమ్మకొమ్మకు కోటిపూలు, అన్ని పువ్వుల్లో రెండేరెండు కాయలు. ఏమిటో చెప్పు.

కుందేలు : ఆకాశం, నక్షత్రాలు, సూర్యుడు, చంద్రుడు

"చిన్నదానివైనా తెలివిగా జవాబులు చెప్పావు. నీలాంటి తెలివిగలవాళ్ళంటే నాకు చాలా ఇష్టం," అని సింహం కుందేలును మెచ్చుకున్నది. కుందేలు సంతోషంతో వెళ్ళిపోయింది.

వినండి - మాట్లాడండి

(అ) కథను సొంతమాటల్లో చెప్పండి.

(ఆ) ఈ కథలో కుందేలు తెలివైనదా, సింహం తెలివైనదా? ఎందువల్ల?

(ఇ) ఒకరు సింహం లాగా - మరొకరు కుందేలులాగా అభినయించండి.

చదవండి

(అ) కింది పొడుపు కథలను చదవండి. వాటిని జవాబులతో జతపరచండి.

1. తండ్రి గరగర, తల్లి పీచు పీచు,
   బిడ్డలు రత్నమాణిక్యాలు ఏమిటవి? కవ్వం
2. అడవిలో పుట్టింది. అడవిలో పెరిగింది.
   మా ఇంటికొచ్చింది. తైతక్కలాడింది. ఏమిటది? అక్షరాలు
3. తెల్లటి పొలంలో నల్లటి విత్తనాలు.
   చేత్తో చల్లుతారు. నోటితో ఏరుతారు. ఏమిటవి? పనసపండు

(ఆ) కింది పదాలు చదవండి. వాటికి సంబంధించిన పొడుపుకథలు పాఠంలో ఉన్నాయి. వాటిని గుర్తించి చదవండి.

1. గాలిపటం 2. కొబ్బరి కాయ.

(ఇ) కింది పదాలు చదవండి. పొడుపు కథలకు జవాబులు కనుక్కోండి.

(చుక్కలు, కుర్చీ, రంపం, సూది, గుండుసూది)

- కాళ్ళున్నా కదలలేనిది ____________
- రాజుగారి తోటలో రోజాపూలు. చూసేవారే గాని కోసేవారే లేరు ____________
- కన్ను ఉన్నా తల లేనిది ____________
- పళ్ళు ఉన్నా నోరు లేనిది ____________
- తల ఉన్నా కళ్ళు లేనిది ____________

(ఈ) కింది బొమ్మలు చూడండి. వీటికి సంబంధించిన పొడుపుకథలు ఏవో చెప్పండి. జవాబును ☐ లో రాయండి.

ఆకాశంలో అంబు
అంబులో చెంబు
చెంబులో పాలు
ఏమిటది? ఏమిటది? ☐

పొద్దున్నే నిద్రలేస్తాడు
పగలంతా పరుగెత్తుతాడు
రాత్రయితే నిద్రపోతాడు
ఎవరది? ఎవరది? ☐

అమ్మ అంటే కలుస్తాయి
అయ్య అంటే కలవవు
ఏమిటవి? ఏమిటవి? ☐

నేలను నాకుతుంది
మూలన కూర్చుంటుంది
ఏమిటది? ఏమిటది? ☐

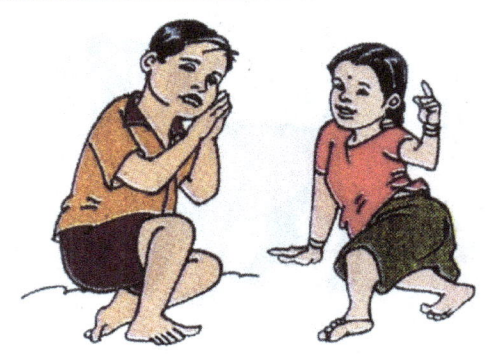

రాయండి

(అ) తప్పులు సరిచేసి రాయండి. వాటిని ఉపయోగించి సొంత వాక్యాలు రాయండి.

ఉదా: కుదేలు ______కుందేలు______ ______కుందేలుకు దుంపలంటే ఇష్టం.______

1) సిహం ____________ ____________________

2) సుది ____________ ____________________

3) కొబరికాయ ____________ ____________________

4) చుకలు ____________ ____________________

(ఆ) కింది బొమ్మలు చూడండి. వాటికి పొడుపు కథలు రాయండి.

ఉదా: నాకు నాలుగు కాళ్ళు ఉంటాయి.

నేను 'అంబా' అని అంటాను

నేను పాలు ఇస్తాను. ఎవరినీ? ఎవరినీ?

① ____________________

____

____

② ____________________

____

____

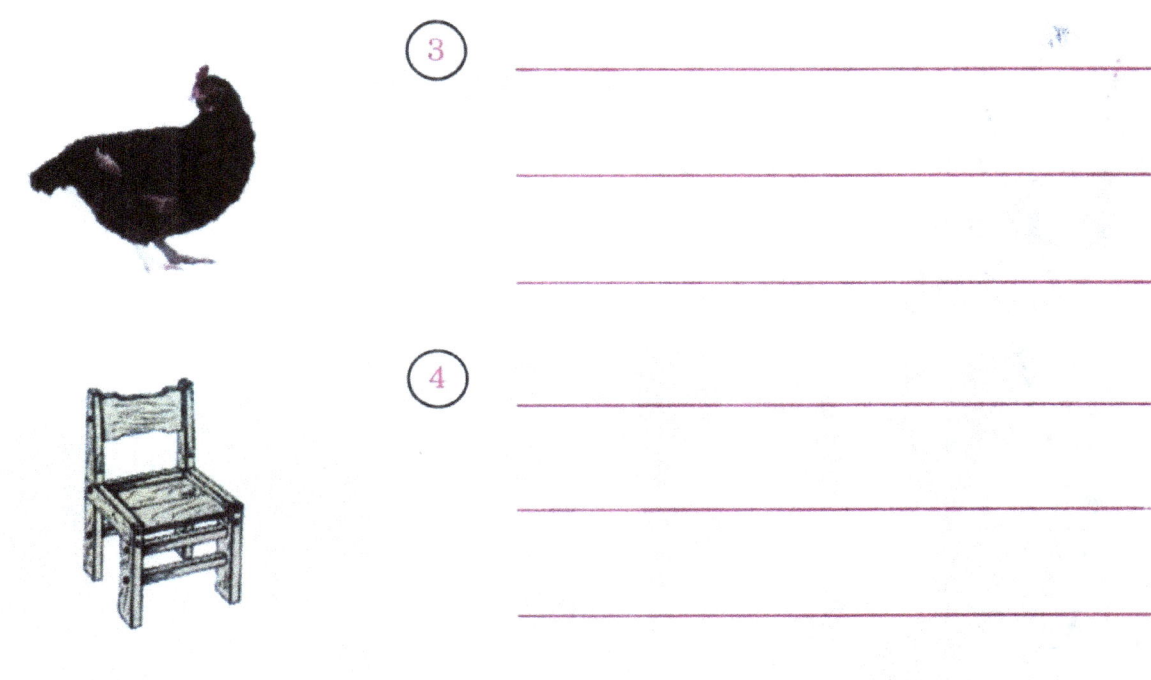

3

4

(ఇ) కుందేలు బొమ్మను గీయండి. దానిని గురించి నాలుగు వాక్యాలు రాయండి.

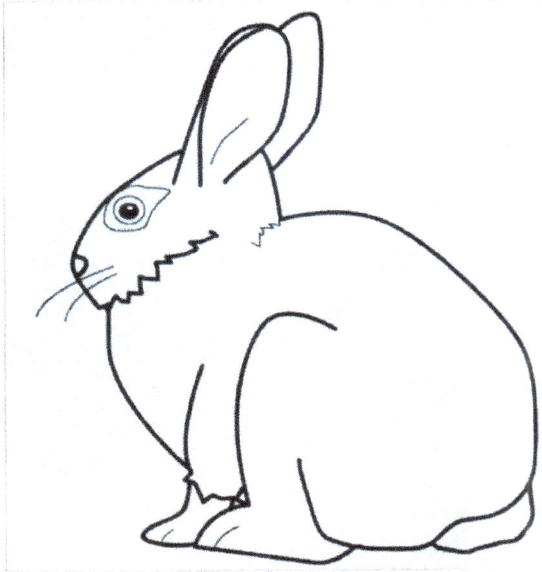

17. కోడిపిల్ల

 పాఠం

కింది బొమ్మలను చూడండి.

వినండి - మాట్లాడండి

(అ) పాఠంలోని బొమ్మలను చూసి కథ చెప్పండి.

(ఆ) తప్పిపోయిన కోడిపిల్ల ఎందుకు భయపడిందో చెప్పండి.

(ఇ) కోడిపిల్లను కాపాడాలని కుక్క ఎందుకు అనుకొంది?

(ఈ) కథలో ఎవరు మంచివారు? ఎందుకు?

చదవండి

(అ) కింది పేరా చదవండి. సొంత మాటల్లో చెప్పండి.

సాయంత్రం బడి వదిలారు. శివ ఇంటికి బయలుదేరాడు. దారిలో ఒక కుక్కపిల్ల కాలికి గాయమై మూలుగుతూ కనిపించింది. శివ కుక్క పిల్లను ఎత్తుకొని ఇంటికి తీసుకెళ్ళాడు. దాని గాయానికి మందువేసి కట్టు కట్టాడు. అన్నం పెట్టాడు. పాలు పోశాడు. రెండు రోజుల్లో కుక్కపిల్ల గాయం మానిపోయింది. శివకు ఆనందం కలిగింది. రోజూ సాయంత్రం శివ కుక్కపిల్లతో ఆడుకొనేవాడు. శివకు అదంటే ఇష్టం. దానికి శివ అంటే ఇష్టం.

(ఆ) బొమ్మలతో కలిపి కింది పేరా చదవండి. జవాబులు చెప్పండి.

ఒక రోజు ఒక ఒక ను పట్టుకుంది. నోటిలోని జారిపోయింది. ఏదని ను అడిగింది. నాకు తెలియదు ను అడగమంది. నాకు తెలియదు ను అడగమంది. నాకు తెలియదు ను అడగమంది. దానిని అడిగితే నీ పొట్టలో ఉంటుంది చూసుకో పో! అంది.

1. కొంగ ఏం పట్టుకున్నది?
2. కొంగ ముందుగా ఎవరిని అడిగింది?
3. ఎలుక ఎవరిని అడగమన్నది?
4. ఏనుగు ఏమని చెప్పింది?
5. నీటిలో నివసించే జంతువుల పేర్లు చెప్పండి.

(ఇ) కింది వాక్యాలు చదవండి. వరుసలో రాయండి.

- కాకి గుడ్లు పెట్టింది. ....
- కాకి పుల్లలు ఏరింది. ....
- గుడ్లను పొదిగింది. ....
- గూడు కట్టింది. ....
- పిల్లలు చేసింది. ....
- ఎగిరిపోయాయి. ....
- పిల్లలకు రెక్కలు వచ్చాయి ....

రాయండి

(అ) కింది బొమ్మలను, పదాలను కలిపి చదవండి. రాయండి.

1. కాటుకు దెబ్బ. ....
....

2. కొనేది కొసరేది . ...
....

3. గోరంత కొండంత వెలుగు. ....
....

4. ఎంత కు అంతగాలి. ....
....

5. కు కుట్టినట్లు. ....
....

(ఆ) కింది బొమ్మను చూడండి. ఏమేమి ఉన్నాయో రాయండి.

ఉదా: ఉట్టి

(ఇ) పైన రాసిన పదాలతో వాక్యాలు రాయండి.

(ఈ) కోడి గురించి రాయండి.

(ఈ) కింది బొమ్మలోని కుక్క, కోడి ఏం మాట్లాడుతున్నాయో రాయండి.

కుక్క ....
....

కోడి ....
....

కుక్క ....
....

కోడి ....
....

(ఉ) కింది పేరా చదవండి.

ఒక అడవిలో ఒక నక్క ఉండేది. దానికి కొంగమాంసం తినాలని కోరిక. ఒకరోజున దారిలో కొంగ కనిపించింది. కొంగ బావా, మా ఇంటికి రావా! నీకు చేపల పులుసుతో భోజనం పెడతాను అంది. కొంగ నక్క మాటలు నమ్మింది. నక్క ఇంటికి వెళ్ళింది. నక్క కొంగను పట్టుకొని తినబోయింది. కొంగ ఎలాగో తప్పించుకొని పారిపోయింది.

కొంగ ఎలా తప్పించుకుంది? ఊహించండి. రాయండి.

....
....
....
....
....
....
....
....
....
....

ఈ కథకు ఒక పేరు పెట్టండి..

గుణపాఠం

చదువు - ఆనందించు

గోపి చాలా అమాయకుడు. ఒకసారి టౌనుకు పోయాడు. ఒక మిఠాయి అంగడిలో అరిసెలు, జిలేబీలు, పకోడీలు చూశాడు. నోరూరింది. వాటిని చూడసాగాడు. అంగడివాడికి కోపం వచ్చింది. "మా వంటకాలు వాసన చూస్తావా? డబ్బు కట్టు" అని అరిచాడు.

రాజు చూశాడు. ఏమిటి గొడవ? అని అడిగాడు. అంగడి వాడు చెప్పాడు. గోపి డబ్బు నేను కడతానులే అన్నాడు రాజు.

రాజు డబ్బుసంచి అంగడివాడి చెవి దగ్గర గలగలలాడించాడు. డబ్బుల చప్పుడు విన్నావు కదా! నీ డబ్బులు నీకు అందాయి, పో! అన్నాడు. అంగడివాడు సిగ్గుతో తల వంచుకొన్నాడు.

18. కాకి తెలివి

 పాఠం

అనగనగా అడవిలోన

పెద్ద చెట్టు ఉన్నది

చెట్టుకింద పుట్టలోన

పాము ఒకటి ఉన్నది

చెట్టుమీద గూటిలోన

కాకి ఒకటి ఉన్నది

కాకి గుడ్లు పెట్టింది

పాము మింగివేసింది

కాకి ఎత్తు వేసింది

రాణి గొలుసు తెచ్చింది

రాజభటులు చూడగా

పుట్టలోన వేసింది

రాజభటులు వచ్చారు

పుట్ట తవ్వి తీశారు

పాము పారిపోయింది

కాకి సంతోషించింది.

వినండి - మాట్లాడండి

(అ) పాఠంలోని గేయాన్ని రాగంతో పాడండి. అభినయం చేయండి.

(ఆ) మీకు తెలిసిన పాముల పేర్లు చెప్పండి.

(ఇ) "కాకి తెలివి" కథ విన్నారుకదా! ఈ కథను సొంతమాటల్లో చెప్పండి.

చదవండి

(అ) కింది వాక్యాలను చదవండి. చిత్రం చూడండి. వాక్యాలకు చెందిన ఏ ఏ పదాలు చిత్రంలో ఉన్నాయో చెప్పండి.

పాము మింగివేసింది.

కాకి ఒకటి ఉంది.

చెట్టుమీద గూటిలో

కాకి గుడ్లు పెట్టింది.

(ఆ) ఏవి ఎక్కడ ఉంటాయో రాయండి.

1. కాకి .... లో ఉంటుంది.

2. ఆవు .... లో ఉంటుంది.

3. చేప .... లో ఉంటుంది.

4. సింహం .... లో ఉంటుంది.

5. ఎలుక .... లో ఉంటుంది.

103

(ఇ) కింది వాక్యాలు చదవండి. క్రమంలో రాయండి.

పొయ్యిమీద పెట్టాలి. ఉదా: బియ్యం కడగాలి.

ఉడికిందో లేదో చూడాలి. ....

వేడి వేడి అన్నం తినాలి. ....

బియ్యం కడగాలి. ....

ఉడికేటప్పుడు కలియబెట్టాలి. ....

తగినన్ని నీళ్ళు పోయాలి. ....

ఉడికిన తరువాత దించాలి. ....

రాయండి

(అ) పాఠం చదవండి. కింది ప్రశ్నలకు జవాబులు రాయండి.

1. కాకి ఏమి ఆలోచించింది?

....

2. పాము ఎందుకు పారిపోయింది?

....

(ఆ) 'జంట' అంటే రెండు. ఇలా జంటలుగా ఉండే మరికొన్ని పదాలు రాయండి.

ఉదా: కళ్ళు ....

(ఇ) కింది బొమ్మ చూడండి. కొన్ని పదాలు రాయండి.

_____   _____
_____   _____
_____   _____
_____   _____

పై పదాలతో వాక్యాలు రాయండి.

....

....

....

....

....

....

(ఈ) కిందివాటిలో వేటికి ఏదంటే భయమో రాయండి.

పిల్లి, ఎలుక, కప్ప, పాము, దొంగ, పోలీసు

దొంగకు పోలీసు అంటే భయం

....

....

....

....

....

(ఉ) కింది బొమ్మలు చూడండి. కథ రాయండి.

ఒకరోజు కాకికి చాలా దాహం వేసింది. నీటికోసం వెతికింది. ఒకచోట ఒక ....

....

....

....

....

....

....

....

....

106

రైతు తెలివి

చదువు - ఆనందించు

అనగనగా ఒక రైతు. ఆ రైతుకు ఇరవై ఎకరాల పొలం ఉండేది. పొలంలో ఆ రైతు బాగా పనిచేసేవాడు. పంటలు బాగా పండించేవాడు. గౌరవంగా బతికేవాడు. ఆ రైతుకు ఐదుగురు కొడుకులు. వారు ఏ పనీ చేసేవారు కాదు.

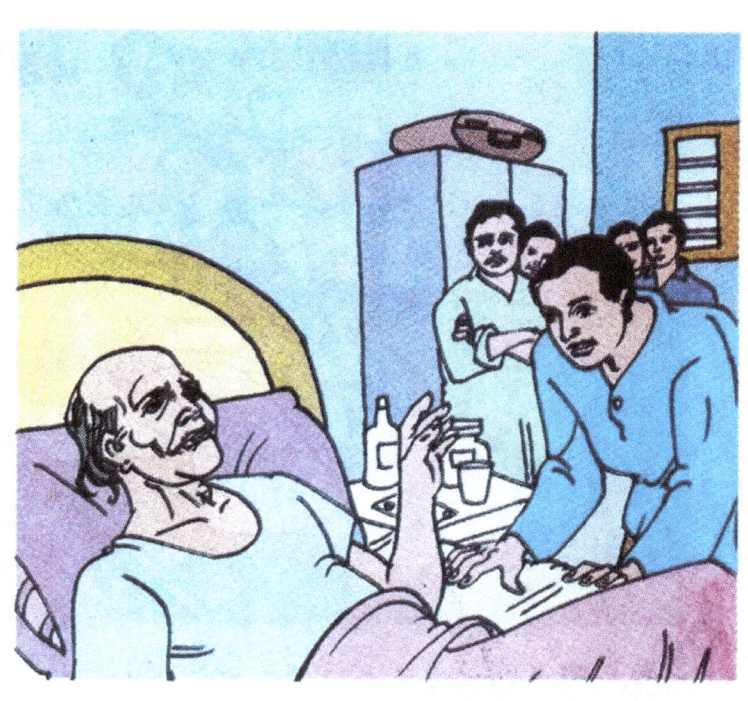

కొంతకాలానికి రైతు ముసలివాడయ్యాడు. ఎలాగైనా కొడుకులచేత పొలంపని చేయించాలని అనుకొన్నాడు. నేను చాలా రోజులు బతకను, మీకోసం పొలంలో బంగారం దాచి ఉంచాను, నేను చనిపోయాక తీసుకోండి, గౌరవంగా బతకండి, అన్నాడు రైతు.

రైతుకొడుకులు సంబరపడిపోయారు. రైతు చనిపోయాక పొలానికి పోయి, పారలతో పొలం అంతా తవ్వారు. ఎంత తవ్వినా వాళ్ళకు బంగారం దొరకలేదు. వాళ్ళకు ఏం చేయాలో తోచలేదు. ఎలాగూ తవ్వాం కదా అని, తవ్విన పొలంలో విత్తనాలు వేశారు. బాగా పంట పండింది. తండ్రి చెప్పిన బంగారం పండిన ఈ పంటేనని తెలుసుకున్నారు.

ఆ రోజు నుండి బాగా పనిచేసి గౌరవంగా బతకసాగారు.

19. తెలుగు నెలలు

పాఠం

వనజ : తాతయ్యా! రేపు మా పాఠశాలలో కథల పోటీ ఉంది. మంచి కథ చెప్పవా?

తాతయ్య : పోటీ దేనికమ్మా!

గోపి : ఉగాది పండుగ సందర్భంగా తాతయ్యా!

తాతయ్య : అవునవును. చైత్రమాసం వస్తోంది కదూ!

వనజ : "చైత్రమాసం" ఏమిటి తాతయ్యా? వచ్చేది మార్చి నెల కదా!

తాతయ్య : "మార్చి" ఇంగ్లీషు నెల. "చైత్రం" తెలుగు నెల.

గోపి : తెలుగు నెలలు కూడా ఉంటాయా?

తాతయ్య : ఇంగ్లీషు నెలల లాగానే తెలుగు నెలలు కూడా ఉంటాయి. అవి కూడా పన్నెండే! చైత్రం, వైశాఖం, జ్యేష్ఠం, ఆషాఢం, శ్రావణం, భాద్రపదం, ఆశ్వయుజం, కార్తికం, మార్గశిరం, పుష్యం, మాఘం, ఫాల్గుణం. ఉగాది పండుగ చైత్రమాసంలో వస్తుంది.

వనజ, గోపి : భలేగా ఉన్నాయి తాతయ్యా, తెలుగు నెలల పేర్లు!

తాతయ్య : ఇవన్నీ మన కేలెండర్‌లో ఉంటాయి. ఆ నెలల్లో వచ్చే పండుగలు కూడా ఉంటాయి. మీరు వెళ్ళి పరిశీలించండి. ఈలోగా మీకోసం ఒక మంచి కథ ఆలోచిస్తాను. సరేనా!

వనజ, గోపి : సరే! తాతయ్యా! అలాగే!

వినండి - మాట్లాడండి

(అ) పాఠంలో పిల్లలు తాతయ్యను ఏమి అడుగుతున్నారు?

(ఆ) బల్లమీద పుస్తకం ఉంది కదా! బల్లమీద ఇంకా ఏమేమి పెట్టుకోవచ్చు?

(ఇ) నీవైతే తాతయ్యను ఏమేమి ప్రశ్నలు అడుగుతావు?

(ఉ) మీకు తెలిసిన ఇంగ్లీషు నెలల పేర్లను చెప్పండి?

(ఊ) మీరు ఏ నెలలో, ఏ తేదీన పుట్టారు?

చదవండి

(అ) కింది తెలుగు నెలలకు ముందు వచ్చే నెలలు ఏవో పాఠంలో చదివి రాయండి.

1. .... వైశాఖం
2. .... భాద్రపదం
3. .... శ్రావణం
4. .... మార్గశిరం
5. .... చైత్రం

(ఆ) కింది తెలుగు నెలల తర్వాత వచ్చే నెలలు ఏవో పాఠంలో చదివి రాయండి.

1. చైత్రం ....
2. జ్యేష్ఠం ....
3. పుష్యం ....
4. కార్తికం ....
5. ఫాల్గుణం ....

(ఇ) కింద తెలిపిన విధంగా మరికొన్ని వాక్యాలు రాయండి.

1. చైత్రం – ఉగాది   ఉగాది పండుగ చైత్రమాసంలో వస్తుంది.
2. ఆషాఢం – తొలి ఏకాదశి

....

3. ఫాల్గుణం – హోళీ

....

4. భాద్రపదం – వినాయకచవితి

....

5. ఆశ్వయుజం – దసరా

....

(ఈ) కింది నెలల్లో తారుమారైన అక్షరాలను సవరించి రాయండి.

1. కం కా ర్తి ....
2. ఆ ఢం షా ....
3. శ్రా ణం వ ....
4. ష్యం పు ....
5. భా దం ద్ర ప ....

(ఉ) కింది కథ చదవండి. జింక ఎలా తప్పించుకుందో చెప్పండి.

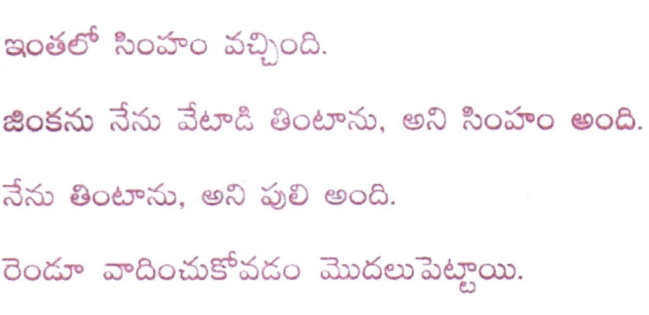

ఒక అడవిలో ఒక పులి ఉంది.

అది జింకను తినాలనుకుంది.

జింకను తరిమింది.

ఇంతలో సింహం వచ్చింది.

జింకను నేను వేటాడి తింటాను, అని సింహం అంది.

నేను తింటాను, అని పులి అంది.

రెండూ వాదించుకోవడం మొదలుపెట్టాయి.

ఈలోగా జింక పారిపోయింది.

రాయండి

(అ) 1. "ఆ"తో మొదలయ్యే తెలుగు నెలలు

1. .... 2. ....

2. "మా" తో మొదలయ్యే తెలుగు నెలలు

1. .... 2. ....

3. "చై" తో మొదలయ్యే తెలుగు నెల ....

4. "కా"తో మొదలయ్యే తెలుగు నెల ....

(ఆ) గళ్ళలో దాగి ఉన్న తెలుగు నెలల పేర్లను రాయండి. తెలుగు నెలలలో నాలుగు నెలలు ఈ గళ్ళలో లేవు. వాటిని గుర్తించండి.

శ్రా	ఆ	శ్వ	యు	జం
వ	షా	భా	మా	ఫా
ణం	ఢం	ద్ర	ర్గ	ల్గు
పు	జ్యే	ప	శి	ణం
ష్యం	ష్ఠం	దం	రం	భా

1. ....
2. ....
3. ....
4. ....
5. ....
6. ....
7. ....
8. ....

(ఇ) కేలండర్ చూసి ఏ నెలలో ఏ పండుగ వస్తుందో రాయండి.

నెల పేరు	పండుగ పేరు
....	....
....	....
....	....
....	....
....	....
....	....
....	....
....	....
....	....
....	....

(ఈ) కింది బొమ్మను చూడండి. పాప, అమ్మ ఏం మాట్లాడుకుంటున్నారో రాయండి.

పాప : అమ్మా! ఉయ్యాలను బాగా ఊపు.

అమ్మ : ....

పాప : ....

అమ్మ : ....

పాప : ....

అమ్మ : ....

(ఉ) కింది బొమ్మను చూడండి. ఏమి జరుగుతోందో రాయండి.

పరమానందయ్య శిష్యులు

చదువు - ఆనందించు

పరమానందయ్య ఒక గురువు. ఆయనకు పన్నెండు మంది శిష్యులు.

ఒకరోజు గురువుగారు ఊరికి పోవాలని అనుకున్నారు. ఎద్దులబండిలో బయలు దేరారు. శిష్యులు బండి వెనక నడవసాగారు. "కింద ఏమైనా పడతాయేమో చూడండి," అన్నారు గురువుగారు.

కాసేపటికి మరచెంబు కింద పడింది. శిష్యులు చూశారు - అంతే.

ఇంకా సేపటికి కండువా కింద పడింది. శిష్యులు చూశారు - అంతే.

గురువుగారికి కోపం వచ్చింది. "బడుద్ధాయిల్లారా, కింద పడింది బండిలో వేయాలని తెలియదా? ఈసారి ఏది కింద పడ్డా బండిలో వేయండి," అన్నారు. కాసేపటికి ఎద్దు పేడ వేసింది. శిష్యులు పేడ ఎత్తి బండిలో వేశారు. ఆ పేడ కాస్తా గురువుగారి మీద పడింది. గురువుగారికి ఇంకా కోపం వచ్చింది. శిష్యుల వీపు విమానంమోత మోగింది.

20. ఆణిముత్యాలు

పాఠం

వెలుగు రాకముందె వేగ నిదురలెమ్ము
ప్రొద్దు బొడవ నిదుర బోవరాదు
సోమరితనమేల శుచిశుభ్రముల యందు
తెలిసి నడచుకొమ్ము తెలుగుబిడ్డ!

భావం : తెల్లవారకముందే నిద్ర లేవాలి. తెల్లవారిన తరువాత కూడా నిద్ర పోవడం మంచిది కాదు. శుభ్రంగా ఉండాలి. సోమరితనం పనికి రాదు. ఈ సంగతులు తెలుసుకొని నడుచుకో.

బ్రతికినన్నినాళ్ళు ఫలములిచ్చుటె గాదు
చచ్చి కూడ చీల్చి ఇచ్చు తనువు
త్యాగభావమునకు తరువులే గురువులు
లలిత సుగుణజాల! తెలుగుబాల!

భావం : చెట్లు బతికి ఉన్నంతకాలం మనకు పండ్లను ఇస్తాయి. చచ్చిపోయిన తరువాత కూడా వాటి కలప మనకు ఉపయోగపడుతుంది. చెట్లే మనకు గురువులుగా త్యాగభావాన్ని నేర్పుతాయి.

జన్మభూమికంటె స్వర్గంబు వేరేది
మాతృభాషకంటె మధురమేది
కన్నతల్లికంటె ఘనదైవ మింకేది
తెలియుమయ్య నీవు తెలుగుబిడ్డ!

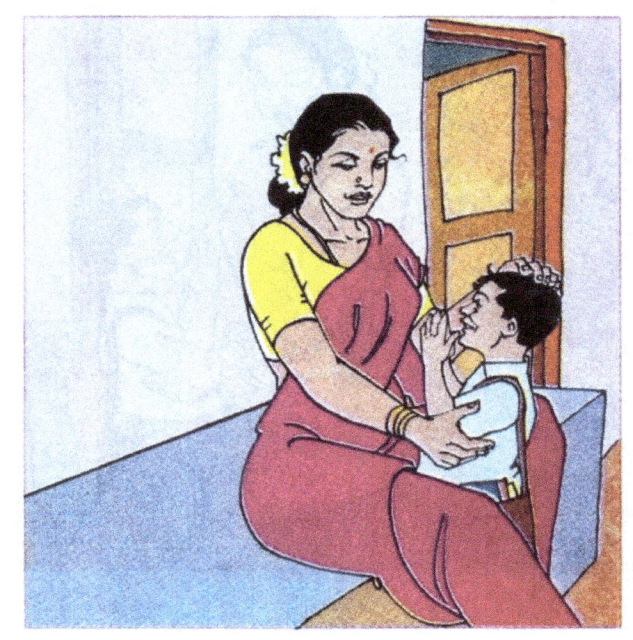

భావం : పుట్టిన దేశాన్ని మించిన స్వర్గం లేదు. చిన్నప్పుడు తల్లిదండ్రుల దగ్గర నేర్చుకొన్న భాషకంటె తియ్యని భాష లేదు. కన్నతల్లిని మించిన దేవత లేదని తెలుసుకో.

మాతృభాష కంటె మధురతరంబైన
భాష లేదు దేశభాషలందు
చదువు దానిలోనె చక్కగా వచ్చును
భవ్య సుగుణశీల! భరతబాల!

భావం : మాతృభాష తీయదనం ఇతర భాషల్లో లేదు. మాతృభాషలో బాగా చదువుకోవచ్చు.

అన్ని దానములను నన్నదానమె గొప్ప
కన్నతల్లికంటె ఘనము లేదు
ఎన్న గురునికన్న నెక్కుడు లేదయా
విశ్వదాభిరామ వినురవేమ!

భావం : అన్ని రకాల దానాల్లోకి అన్నదానమే చెప్పుకోదగ్గది. కన్నతల్లికంటె ఎవరూ గొప్ప కాదు. గురువుగారికంటె ఎక్కువవారు లేరు.

కష్టపెట్టబోకు కన్నతల్లి మనసు
నష్టపెట్టబోకు నాన్నపనులు
తల్లిదండ్రులన్న దైవసన్నిభులురా
లలిత సుగుణజాల! తెలుగుబాల!

భావం : అమ్మ మనస్సుకు కష్టం కలిగించగూడదు. నాన్న చేసే పనులను పాడుచెయ్యగూడదు. అమ్మా, నాన్నా దేవతల వంటివారని తెలుసుకో.

తలనుండు విషము ఫణికిని
వెలయంగా దోకనుండు వృశ్చికమునకున్
దల దోక యనకనుండును
ఖలునకు నిలువెల్ల విషముగదరా సుమతీ!

భావం : పాముకు తలలో, తేలుకు తోకలో విషం ఉంటుంది. చెడ్డవానికి శరీరమంతా విషం ఉంటుంది.

ఉప్పు కప్పురంబు నొక్క పోలికనుండు
చూడ చూడ రుచుల జాడ వేరు
పురుషులందు పుణ్యపురుషులు వేరయా
విశ్వదాభిరామ వినురవేమ!

భావం : ఉప్పు, కర్పూరం ఒక్కలాగే కనిపిస్తాయి. నోట్లో వేసుకొంటే వాటి రుచులు వేరని తెలుస్తుంది. అలాగే మనుషుల్లో మంచివాళ్ళు వేరేగా ఉంటారు.

వినండి - మాట్లాడండి

(అ) పాఠంలోని పద్యాలను రాగయుక్తంగా పాడండి.

(ఆ) పద్యాలభావాన్ని సొంతమాటల్లో చెప్పండి.

(ఇ) పాఠంలోని పద్యాలు నేర్చుకున్నారు కదా! ఇలాంటి పద్యాలు కాని, పాటలు కాని మీకు వస్తాయా? వస్తే వాటిని పాడి వినిపించండి.

(ఈ) ఉదయంనుంచి రాత్రివరకు మీరు ఏమేం చేస్తారో చెప్పండి.

చదవండి

(అ) కింద తెలిపిన భావం ఆధారంగా ఆ వాక్యాలు పాఠంలోని ఏ పద్యాల్లో ఉన్నాయో గుర్తించండి.

1. త్యాగభావానికి చెట్లు గురువులు.
2. అన్ని దానములలో అన్నదానం గొప్పది.
3. తల్లిదండ్రులు దైవంతో సమానం.
4. తేలుకు తోకలో విషం ఉంటుంది.
5. వెలుగు రాకముందే త్వరగా నిద్రలేవాలి.

(ఆ) కింది పద్యపాదాలను జతపరచి చదవండి.

మాతృభాషకంటే	దేశభాషలందు
భాష లేదు	భరతబాల
చదువు దానిలోనే	మధురతరంబైన
భవ్య సుగుణశీల	చక్కగా వచ్చును

(ఇ) సరైన పదాలను ఖాళీలలో రాయండి.

తరువులు	కన్నతల్లి	స్వర్గంబు	విషము	పుణ్యపురుషులు

1. పురుషులందు .... వేరయా.
2. ఖలునకు నిలువెల్ల ....గదరా సుమతీ!
3. త్యాగభావమునకు .... గురువులు
4. జన్మభూమికంటె................................ వేరేది.
5. కష్టపెట్టబోకు .... మనసు.

(ఈ) కింది పద్యపాదాలలోని ఖాళీలను పూరించండి.

బ్రతికినన్ని నాళ్ళు ....

చచ్చికూడ .... తనువు

.... తరువులే గురువులు

లలిత ....! .... బాల!

(ఉ) కింది పదాలు పాఠంలోని ఏ పద్యంలో ఉన్నాయో గుర్తించి ఆ పద్యంలో దాని చుట్టూ '◯' చుట్టండి.

1.	స్వర్గంబు	6.	పుణ్యపురుషులు
2.	మాతృభాష	7.	ఫణికిని
3.	శుభ్రము	8.	తెలుగుబాల
4.	సుగుణశీల	9.	ఘనము
5.	దైవసన్నిభులు	10.	తనువు

 రాయండి

(అ) ఈ కింది వాక్యాల భావం రాయండి.

1. వెలుగు రాకముందె వేగ నిదురలెమ్ము

   ....

2. ప్రొద్దు బొడవ నిదురబోవరాదు

   ....

3. కన్నతల్లికంటె ఘనము లేదు

   ....

4. జన్మభూమికంటె స్వర్గంబు వేరేది

   ....

(ఆ) కన్నతల్లి అంటే అమ్మ. మీ అమ్మను గురించి ఒక పేరా రాయండి.

www.ingramcontent.com/pod-product-compliance
Lightning Source LLC
Chambersburg PA
CBHW081347070526
44578CB00005B/751
* 9 7 8 1 9 5 6 6 7 9 0 0 7 *